कल्पनातरंग

वि. स. खांडेकर

संपादक
डॉ. सुनीलकुमार लवटे

मेहता पब्लिशिंग हाऊस

KALPANATARANG by V. S. KHANDEKAR

© सुरक्षित

कल्पनातरंग : वि. स. खांडेकर / लेखनसंग्रह

संपादक : डॉ. सुनीलकुमार लवटे

author@mehtapublishinghouse.com

मराठी पुस्तक प्रकाशनाचे हक्क : मेहता पब्लिशिंग हाऊस, पुणे.

प्रकाशक : सुनील अनिल मेहता, मेहता पब्लिशिंग हाऊस,
१९४१, सदाशिव पेठ, माडीवाले कॉलनी, पुणे - ४११०३०.

मुद्रक : पार्कसन्स ग्राफिक्स

मुखपृष्ठ : सतीश भावसार

प्रथमावृत्ती : ऑक्टोबर, २०१९

किंमत : ₹ १९५

P Book ISBN 9789353171612
E Book ISBN 9789353171629
E Books available on : amazonkindle Apple Books Google Play Books

---

व्रतस्थ पत्रकारितेचा वस्तुपाठ

पार्श्वभूमी

एकोणिसाव्या शतकाच्या पूर्वार्धात मराठी वृत्तपत्रांचा प्रारंभ झाला. मराठीतील पहिलं वृत्तपत्र 'दर्पण'– बाळशास्त्री जांभेकर यांनी ६ जानेवारी, १८३२ मध्ये मुंबईतून प्रकाशित केलं. प्रारंभी, ते पाक्षिक होतं. ४ मे, १८३२ पासून ते साप्ताहिक झालं. ते दर शुक्रवारी प्रकाशित व्हायचं. ते १८४० मध्ये बंद पडलं. ती परंपरा पुढे 'प्रभाकर'ने चालवली. ते वृत्तपत्र २४ ऑक्टोबर, १८४१ रोजी सुरू झालं. लोकहितवादी गोपाळ हरी देशमुख यांची 'शतपत्रे' प्रथम प्रकाशित झाली, ती 'प्रभाकर' मधूनच. मुंबईनंतर पुण्यातून मराठी वृत्तपत्रं सुरू झाली. 'मित्रोदय' (१८४४), 'ज्ञानप्रकाश' (१८४९) यांसारख्या वृत्तपत्रांबरोबर, मुंबईतून 'इंदुप्रकाश' (१८६२) सुरू झालं. 'ज्ञानसिंधु' (१८४२), 'हिंदुपंच' (१८७२) सुरू झाले. पण मराठी वृत्तपत्रं राष्ट्रीय चळवळीची मुखपत्रं बनली, ती मात्र 'मराठा' व 'केसरी' मुळे. पैकी 'मराठा' इंग्रजी वृत्तपत्र होतं. ते २ जानेवारी, १८८१ मध्ये सुरू झालं. त्याचे पहिले संपादक लोकमान्य टिळक होते. 'केसरी' मराठी वृत्तपत्र होतं. ते ४ जानेवारी, १८८१ रोजी सुरू झालं. त्याचे पहिले संपादक गोपाळ गणेश आगरकर होते.

विसाव्या शतकाच्या प्रारंभी, महाराष्ट्रात राष्ट्रीय चळवळीचे दोन विचारप्रवाह जहाल आणि मवाळ प्रचलित होते. 'काळ', 'केसरी', 'हिंदुपंच'सारखी वृत्तपत्रं जहाल विचारधारेचं प्रतिनिधित्व करत असायची. तिकडे दुसरीकडे, नेमस्त वा मवाळाचं प्रतिनिधित्व 'ज्ञानप्रकाश', 'इंदुप्रकाश' करीत. वि. स. खांडेकरांचं वय त्या वेळी अवघं आठ-दहा वर्षांचं असेल. (सन १९०८-१०) ते आपल्या मामांकडे म्हणजे आजोळी सांगलीस राहत. त्यांचे मामा म्हणजे, सांगलीचे प्रख्यात माईणकर वकील. ते नामदार गोखले यांचे चाहते व समर्थक. 'भारत सेवक समाज'चे हितचिंतक असल्याने त्यांच्या घरी नेमस्त पक्षाची समर्थक वृत्तपत्रं 'ज्ञानप्रकाश',

'इंदुप्रकाश', 'हिंदुपंच' येत असत. वि. स. खांडेकर ती चाळत; वाचत मोठे झाले. 'केसरी'ही असायचा. घरी मामा नि त्यांच्या मित्रांत 'जहाल-मवाळ' असे वादविवाद होत. कळो न कळो, खांडेकरांच्या ते कानांवरून जायचं. त्यातून त्यांच्या मनात राष्ट्रीय चळवळीविषयी जिज्ञासा व जागृती निर्माण होण्यास मदत झाली. वि. स. खांडेकरांचा स्वभाव बुजरा, मवाळ असल्याने त्यांना टिळक, आगरकर, केळकर, कोल्हटकर– प्रभृतींच्या लेखनांचं आकर्षण होतं.

सन १९१६ मध्ये वि. स. खांडेकर (पूर्वाश्रमीचं नाव गणेश आत्माराम खांडेकर) सावंतवाडीच्या काकांना– म्हणजे– सखारामपंत खांडेकरांना दत्तक गेले व सावंतवाडीत आले. त्या वेळी ते अठरा वर्षांचे होते. मॅट्रिक होऊन त्यांनी पुण्याच्या फर्ग्युसन महाविद्यालयातून प्रथम वर्षाचं (प्रिव्हियस) शिक्षण पूर्ण केलं होतं. इंटरच्या वर्गात प्रवेश घेतला होता. त्या काळात त्यांना नाटककार राम गणेश गडकरी यांचा सहवास लाभला होता. इंग्रजी वाचन, व्याख्यान, चर्चा, समीक्षा अशा चतुरस्त्र विकासातून वि. स. खांडेकरांची भाषा व साहित्यविषयक जिज्ञासा प्रबळ होत गेली होती. पुढे शिकायची इच्छा असूनही, दत्तक वडिलांच्या आर्थिक पाठबळाअभावी त्यांना शिक्षण अर्धवट सोडून सावंतवाडीस परतावं लागलं होतं. सन १९१७ला त्यांना पुण्याहून सावंतवाडीस यावं लागणं हा त्यांच्या इच्छेविरुद्धचा प्रवास होता. तो जिव्हारी लागला होता. त्यामुळे १९१७ -१८ असा काळ आजार, उपचारांत गेला. दत्तक बहिणी वारल्यामुळे ते सावरले, तरी मन स्थिर नव्हतं.

अशा मन:स्थितीत त्यांना सावंतवाडीत मेघश्याम शिरोडकर नावाचा समानशील मित्र मिळाला. मैत्री अर्थातच साहित्यवाचन, चर्चेतून झाली. शिरोडकर खांडेकरांपेक्षा वयाने दोन-तीन वर्षांनी लहान होते. असहकार आंदोलन शिगेला असताना शिरोडकर पुण्याच्या टिळक महाविद्यालयात शिक्षण घेत होते. पदवीधर झाल्यावर त्यांनी न. चिं. केळकर, शिवरामपंत परांजपे यांच्या हाताखाली वृत्तपत्रसृष्टीचे प्रारंभिक धडे गिरविले. भारतात सन १९२० ते १९३० चं दशक म्हणजे पंचविशीतील खांडेकर, शिरोडकर यांच्यासारख्या तरुणांच्या दृष्टीने मंतरलेले दिवस होते. महात्मा गांधींच्या 'खेड्याकडे चला', 'शिक्षण बहिष्कार' अशा आंदोलनांच्या मुशीतून त्या वेळची तरुण पिढी आदर्शवाद, ध्येयवादाने झपाटलेली होती.

'वैनतेय'चा प्रारंभ

सन १९२० साली सावंतवाडी हे तत्कालीन मुंबई इलाख्यातलं एक छोटं संस्थान होतं. वि. स. खांडेकर शिरोड्यातील 'ट्यूटोरियल इंग्लिश' स्कूलचे मुख्याध्यापक म्हणून रुजू झाले होते. 'नवयुग', 'उद्यान', 'महाराष्ट्र साहित्य' यांसारख्या

मासिकांतून त्यांचे लेख, कविता, कथा प्रकाशित होत होत्या. परिसरात ते 'साहित्यिक' म्हणून परिचित होते. मेघश्याम शिरोडकरांनी लोकांचा कैवार घेणारं, त्यांची दुःखं वेशीवर टांगणारं वृत्तपत्र सुरू करायचं ठरवलं. कोकणच्या कुशीतल्या या लहानशा संस्थानाचं स्वातंत्र्याकरिता तहानलेलं, बाहेरच्या जग नि भारताशी जे नातं होतं, ते त्याला समजावून सांगणाऱ्या वर्तमानपत्राची उणीव सावंतवाडी संस्थानात होती.

ती उणीव भरून काढण्याच्या उद्देशाने, मेघश्याम शिरोडकरांनी एक साप्ताहिक काढायचं ठरवलं. शिरोडकर 'संपादक' झाले. त्यांनी 'सहसंपादक' म्हणून वि. स. खांडेकरांची निवड केली. तिसरे त्यांचे सहकारी होते– मुद्रण व्यवसायी सदाशिवभाऊ साप्ते. त्यांचा सावंतवाडीत 'श्री. गुरुदत्तात्रेय' छापखाना होता. तिथे हे साप्ताहिक छापायचं ठरलं. ही त्रयी 'वैनतेय' साप्ताहिकाची 'संस्थापक' झाली.

नावाची निवड

साप्ताहिकाच्या नावाची निवड वि. स. खांडेकरांनी केली होती. आपण 'वैनतेय' नावाची निवड का केली हे स्पष्ट करताना, वि. स. खांडेकरांनी 'एका पानाची कहाणी' मध्ये नमूद केलं आहे की, ''हे नाव निवडताना माझ्या डोळ्यांसमोर दोन गोष्टी होत्या. जिकडे-तिकडे डोंगरांनी वेढलेला हा दक्षिण कोकणचा भाग. त्या डोंगराच्या एखाद्या खडकावर बसून सूर्याकडे टक लावून पाहणाऱ्या गरुडासारखं काम आपणाला करायचं आहे. धार्मिक, सामाजिक, राजकीय– सर्व बाबतींत लोक गतानुगतिक आहेत, भित्रे आहेत, सत्याच्या सूर्याकडे टक लावून पाहण्याची या समाजाला सवय नाही– अशा समाजात प्रत्येक आठवड्याला विचारजागृती करणाऱ्या वृत्तपत्राला 'वैनतेय' नाव शोभून दिसेल. शिवाय, मेघश्याम हे केळकर, शिवरामपंत परांजपे अशा गुरूंपासून वृत्तपत्राचे धडे घेऊन आले होते. ही सारी परंपरा 'केसरी'ची होती. सिंह हा जसा पशूंचा राजा, तसा गरुड हा पक्ष्यांचा राजा. तेव्हा आपल्या त्या दृष्टीनंसुद्धा वृत्तपत्राला 'वैनतेय' हे नाव देणं उचित होईल.'' (पृ. ३२४)

ध्येय

'वैनतेय'साप्ताहिकाचं ध्येय सूचित करणारा खालील श्लोकही वि. स. खांडेकरांनीच रचला होता–

''वसे दास्यी माता, नयनसलिली मग्न विनता
असे पंगु भ्राता, अहिकुलछले भीत जनता
नसे साह्या कोणी, अमृत लपले स्वर्गभुवनी
हसे माता आणि, विहगपति शत्रुस वधुनी''

या श्लोकार्थाची फोड करत 'पहिली पावलं' या आपल्या साहित्यिक आत्मकथनातील 'तांबड्या मातीतील उठाबश्या' लेखात स्पष्ट केले आहे की, "वरील श्लोकात 'वसे दास्यी माता' हा उल्लेख उघडउघड त्या वेळच्या भारतमातेच्या पारतंत्र्याला उद्देशून केला होता. मात्र दुसऱ्या ओळीतील, 'अहिकुलछले भीत जनता' याचा संबंध केवळ ब्रिटिश राजवटीशी नव्हता. आपल्याच समाजाचा एक भाग दुसऱ्यावर हुकमत गाजवतो, त्याची छळवणूक करतो, देशाला जसं स्वातंत्र्य मिळालं पाहिजे, त्याप्रमाणे हा 'अहिकुलछल'ही नाहीसा झाला पाहिजे, असा विचार अंधूकपणे माझ्या मनात डोकावत होता." (पृ. ५४)

पहिला अंक

'वैनतेय' साप्ताहिकाचा पहिला अंक बुधवार, दि. २९ ऑक्टोबर, १९२४ रोजी प्रकाशित करण्यात आला होता. तो दिवस निवडण्याचं एक विशेष औचित्य होतं. सावंतवाडी संस्थानाचे अधिपती बापूसाहेब महाराज त्या दिवशी सिंहासनारूढ व्हायचे होते. तो दिवस बलिप्रतिपदेचा होता. राजवाड्यात अनेक वर्षांनी खरी दिवाळी साजरी होत होती. हे संस्थान सन १८३८ पासून कार्यरत होतं. येथील कारभार ब्रिटिशांच्या अखत्यारीत चालत असे. महाराजांच्या राज्याधिकाराचं औचित्य लक्षात घेऊन, अंकात बापूसाहेब महाराजांचं दुर्मीळ छायाचित्र छापण्यात आलं होतं. त्यात राणीसाहेब व राजकुमारी यांचीही छबी होती. हा फोटो मुंबईहून करवून आणला होता.

'वैनतेय' साप्ताहिक उभ्या आकाराचं चार पृष्ठांचं होतं. त्या काळची 'विविधवृत्त', 'धनुर्धारी', 'नवयुग' इत्यादी वृत्तपत्रं अशाच आकाराची असत. फुटकळ अंकाची किंमत १/- आणा होती. पहिला अंक सायंकाळी संपन्न राज्याभिषेक समारंभात प्रकाशित करण्यात आला होता. पहिला अंक प्रकाशित होताच हातोहात संपला. म्हणून, पहिल्या अंकाची दुसरी आवृत्ती दोन तासांतच प्रकाशित करावी लागली होती. ('वैनतेय', नाथ पै विशेषांक, जानेवारी, १९७७, पृ. २८) दुसऱ्या आवृत्तीत मजकुरात किरकोळ फेरफार करण्यात आले होते. पहिल्या अंकात जाहिरातदर, वर्गणीदर देण्यात आले होते. जाहिराती होत्या. 'वैनतेय'वर आधारित विठ्ठल कृष्ण नेरूरकर यांची कविता प्रकाशित करण्यात आली होती. पहिल्या अंकात 'स्वागतम! सुस्वागतम।।' शीर्षक-अग्रलेख होता. त्यात श्रीमंत बापूसाहेब महाराज यांची स्वागतपर प्रशस्ती करण्यात आली होती. महाराज गौरवगीतही प्रकाशित करण्यात आलं होतं. सावंतवाडी संस्थानचा इतिहास संक्षिप्त गोषवाऱ्याच्या रूपात प्रकाशित करण्यात आला होता. श्रीमंत राजेबहाद्दर खेमसावंत भोसले सरदेसाई यांच्या राज्यारोहणाचा एका अर्थाने हा विशेषांकच होता. त्यात राज्याभिषेक सोहळ्याचा कार्यक्रम देण्यात

आला होता.

'वैनतेय' चं पहिलं वर्ष

मेघश्याम शिरोडकर व वि. स. खांडेकरांनी 'वैनतेय' साप्ताहिकासंबंधी वेळोवेळी लिहिलेले लेख, आठवणी, भाषणं, आत्मकथन इत्यादींतून 'आपण हे साप्ताहिक का चालवलं, त्याचं ध्येय, उद्दिष्टं काय' यासंबंधी लिहिलेलं आहे. 'वैनतेय'च्या प्रारंभीच्या एका अग्रलेखाचं (दि. ४ नोव्हेंबर, १९२४) शीर्षकच मुळी 'मी कोण व माझे नाव काय?' होतं. तो अग्रलेख वि. स. खांडेकरांनी लिहिलेला होता. तो 'वैनतेय'शीर्षक लेखनसंग्रहामध्ये समाविष्ट आहे. त्यात खांडेकरांनी म्हटलं आहे की, "वैनतेय खराखुरा गरुड राहील; व्यक्तीविषयक कुचेष्टेची काकदृष्टी, उदरभरणाचे बकध्यान, डाळिंबाच्या दाण्यांच्या लोभाने होणारी पोपटपंची, या सर्वांपासून सर्वथैव अलिप्त राहणे हेच 'वैनतेय'चे ध्येय आहे." 'वैनतेय' सुरू झालं, तेच मुळी लोकशिक्षणाचं अमोघ साधन म्हणून. लोकांना समाजसेवातत्पर बनवणं हा या साप्ताहिकाचा उद्देश होता. लोककल्याणार्थ तसंच राष्ट्रीय चळवळीस शक्ती मिळावी म्हणूनही त्याचं प्रकाशन योजलं होतं. म्हणून 'वैनतेय'ने वर्षभरात वाङ्मय प्रकाशन, प्रबोधनपर लेख, लेखमालिका इत्यादींद्वारे सावंतवाडी– परिसरातील उद्योग, शिक्षण, जंगल, सहकारी पतपेढ्या इत्यादींचे प्रश्न मांडले. इतकंच नव्हे, तर जुगारबंदी, वसंत व्याख्यानमाला यांसारखे उपक्रम हाती घेऊन तडीस नेले. अस्पृश्यता निवारणार्थ सार्वजनिक संक्रांत सण साजरा करून समाजात एकात्मता, समता व सामंजस्य निर्माण होईल, असं पाहिलं. अंधश्रद्धा बळावणाऱ्या जाहिराती आपल्या साप्ताहिकात प्रकाशित न करण्याचं धोरण स्वीकारून, पदरास खार लावून प्रतिकूल परिस्थितीतही मूल्यनिष्ठेची पखरण केली. सार्वजनिक संस्थांत मांसाहाराचं आयोजन करण्यास विरोध करून, सार्वजनिक जीवन पवित्र राहील, असं पाहिलं. एका अर्थाने 'वैनतेय'ने 'व्रतस्थ पत्रकारितेचा वस्तुपाठ'च घालून दिला. 'वैनतेय' हे चिकित्सक, बुद्धिवादी, विवेकशील वृत्तपत्र आहे, याची जाण त्याने आपल्या कृतीतून निर्माण केली. त्यामुळे, वर्षाच्या अल्पावधीतच हे साप्ताहिक दक्षिण कोकणचा 'जागल्या' (Wistle Blower) म्हणून प्रसिद्ध झालं व पंचक्रोशीत घरोघरी, दारोदारी व महाराष्ट्राच्या कानाकोपऱ्यांत वाचलं जाऊ लागलं.

बातम्यांचं धोरण

'वैनतेय' प्रकाशित झालं, त्या वेळचा कोकण अज्ञान, अंधश्रद्धा, दारिद्र्य यांनी घेरलेला होता. समाजावर परंपरा, धर्म, चमत्कार, चेटूक, भुताटकी यांचं प्राबल्य होतं. वृत्तपत्रात चुरचुरित, चमत्कारपूर्ण, चर्चेचं चर्वितचर्वण, चऱ्हाट, गुऱ्हाळ

चालत राहील, अशा बातम्या देणारी वृत्तपत्रं काही कमी नव्हती. अशा पार्श्वभूमीवर ‘वैनतेय’ने बातमी, जाहिरातीसंबंधी आपलं धोरण स्थापनेपासूनच पुरोगामी व सामाजिक बांधिलकीचं ठेवलं होतं. खून, मारामाऱ्यांना ठळक प्रसिद्धी देऊन समाजात हिंसा वाढीस साहाय्य होतं, म्हणून अशा बातम्यांना ‘वैनतेय’ने प्रथमपासूनच दुय्यम मानलं. स्त्रीचा पुरुष होणं वा पुरुषाची स्त्री होणं हा चमत्कार नसून निसर्गक्रम आहे. म्हणून अशा सनसनाटी बातम्या देणं टाळलं. भुताटकी, भानामती, करणी यांसारख्या अंधश्रद्धांना प्रसिद्धी न देता त्यांचे वैयर्थ समजावले. विशेष म्हणजे, कोकणात यांचं त्या काळात मोठं प्रस्थ होतं. अशा काळात अंधश्रद्धा निर्मूलनाचा वैज्ञानिक व विवेकवादी दृष्टिकोन स्वीकारून आपलं वृत्तपत्र अन्यांपेक्षा वेगळं आहे, यावर कृतीने शिक्कामोर्तब करून घेतलं. ‘कल्याण व्हावे सर्वांचे! कोणी दु:खी असू नये।।’ अशी ‘वैनतेय’ची असलेली भूमिका हे वृत्तपत्र सामाजिक बांधिलकी जपणारं प्रबोधन-साधन होय, हे सिद्ध केलं. या वृत्तपत्राच्या बातम्या आणि जाहिरातविषयक सदर भूमिकेमुळे ‘वृत्तपत्र प्रकाशन धंदा नसून धर्म आहे’ हा संस्कार रुजवला. ‘ध्येयवादी वृत्तपत्र’ म्हणून प्रसिद्ध असलेल्या ‘वैनतेय’ची राजकीय, सामाजिक, धार्मिक, आर्थिक, शैक्षणिक प्रश्नविषयक धारणा व ध्येय जगजाहीर होतं. त्यामुळे, या वृत्तपत्रास केळकर, कोल्हटकर, यशवंतराव चव्हाण यांच्यासारखे वाचक आणि एस. एम. जोशी, ना. ग. गोरे यांच्यासारखे हितचिंतक मिळाले. चि. त्र्यं. खानोलकर, आनंद साधले, शंकर साठे यांच्यासारखे लेखक ‘वैनतेय’ने महाराष्ट्रास दिले, असं म्हटलं तर वावगं ठरू नये, कारण त्यांचं आरंभिक लेखन ‘वैनतेय’मध्येच प्रकाशित झालं होतं. साहित्य, बातम्यांबरोबर सदरं, वृत्तं स्फुटं, टिपा, कार्यक्रम, सूचना यांचीही या वृत्तपत्रात रेलचेल असायची.

योगदान

‘वैनतेय’ साप्ताहिकाने स्थापनेपासून आजवरच्या नऊ दशकांच्या प्रवासात त्या त्या काळच्या सामाजिक, राजकीय, शैक्षणिक, सामाजिक, आर्थिक प्रश्नांवर आवाज उठवून भारताच्या स्वातंत्र्य, समता, बंधुता, लोकशाही, विज्ञाननिष्ठा या पंचशील तत्त्वांचा स्वीकार केला. आपल्या विविध लेखन व उपक्रमांतून धर्मनिरपेक्षता, जातीय सलोखा, पुरोगामित्व, विवेकवादी मूल्यांचा पुनरुच्चार केला. असं असलं तरी, ‘वैनतेय’चं सर्वांत मोठं योगदान जर कोणतं असेल तर सावंतवाडी संस्थानाचं विलीनीकरण, गोवा स्वातंत्र्यसंग्राम, मिठाचा सत्याग्रह, आणीबाणी विरोध, राजकारणातील समाजवादी विचारधारेचं समर्थन व नेतृत्व हे सांगता येईल.

स्वातंत्र्यपूर्व काळात महात्मा गांधी कोकणात आले असताना, निधीसंकलनापासून

ते त्यांचा दौरा, प्रचार यशस्वी व्हावा म्हणून केलेलं वार्तापत्रांचं प्रसारण लक्षवेधी ठरलं. सन १९३०च्या मिठाच्या राज्यस्तरीय सत्याग्रहाचं आयोजन 'वैनतेय'च्या कार्यक्षेत्रातील 'शिरोडे' या तत्कालीन मुंबई व गोवा सीमारेषेवर असलेल्या गावी करण्यात आलं होतं. त्यासंबंधी जागृती, प्रचार-प्रसाराचं कार्य तर 'वैनतेय'ने केलंच; पण पोलिसी अत्याचाराचा विरोधही केला. सर्वांत मोठी लोकचळवळ म्हणजे, सावंतवाडी प्रजापरिषद स्थापन करून, तिच्याद्वारे संस्थान विलीनीकरणाचं केलेलं नेतृत्व. त्यासाठी प्रारंभी तुरुंगवास पत्करणं, राजा-राणीच्या रोषास पात्र ठरून दंड, जप्ती, कोर्ट-कचेरी, अटक इ. सत्रांना सामोरं जात, आपल्या विचार व ध्येयाशी एकनिष्ठ राहून उद्दिष्ट साध्य करणं, या 'वैनतेय'च्या संघर्षशील बाण्यामुळे मेघश्याम शिरोडकर यांची प्रतिष्ठा व 'वैनतेय'चा लौकिक राजापेक्षा कमी नव्हता. परिणामी, स्वातंत्र्योत्तर काळात 'वैनतेय'चे दोन संपादक सर्वश्री श्याम कोचरेकर व जयानंद मठकर हे 'लोकप्रतिनिधी' म्हणून 'आमदार' झाले. हे 'वैनतेय'चं 'राजकीय योगदान व मिळकत' म्हणून नोंदवावं लागेल.

आपल्या वृत्तपत्राद्वारे दुष्ट सामाजिक रीती-परंपरांचा विरोध करून, 'वैनतेय'ने स्वातंत्र्यपूर्व काळात अंधश्रद्धा विरोध, अस्पृश्यतानिवारण, जुगारबंदी, सार्वजनिक संस्थानांचं पावित्र्य, सामाजिक प्रश्न निर्भीडपणे मांडून ते पूर्ण करणं – अशी लोकहिताची अनेक कार्यं तर केलीच; पण स्वातंत्र्योत्तर काळातही गोवा मुक्तिसंग्राम, आणीबाणी विरोधाचं नेतृत्व करून आपलं वृत्तपत्रं लोकशाहीचा 'चौथा स्तंभ' आहे हे 'काया, वाचा, मने' सिद्ध केलं.

वाङ्मयीन क्षेत्रातील 'वैनतेय'चं योगदान म्हणायचं झालं, तर ज्ञानपीठ विजेते साहित्यिक वि. स. खांडेकर या साप्ताहिकाचे संस्थापक-संपादक होते. शेकडो पृष्ठं भरतील, असं त्यांचं वैविध्यपूर्ण लेखन 'वैनतेय'मध्ये प्रकाशित झालं. 'वैनतेय' राजकीय जागृतीचं जसं साधन होतं, तसं ते वाङ्मयीन अभिवृद्धीचं माध्यम म्हणूनही सर्वश्रुत होतं. प्रा. वामन मल्हार जोशी, चिं. वि. जोशी, कवी यशवंत, गिरीश, माधव ज्युलियन, बा. भ. बोरकर यांचं लेखन 'वैनतेय'च्या दिवाळी अंकातून प्रसिद्ध झालं. कोकणच्या लेखकांना घडवण्याचं ते 'व्यासपीठ'च बनलं होतं. चिं. त्र्यं. खानोलकर, य. न. केळकर, द. ग. येरवडेकर, सुमती दडकर, चंपुबाई राणे, शंकर साठे, आनंद साधले आदि प्रभृतींचं प्रारंभिक लेखन 'वैनतेय'मधूनच प्रकाशित झालं होतं. वि. स. खांडेकरांचे अग्रलेख, स्फुटं, टिपणी, वार्तापत्रं तर 'वैनतेय' वाचकांची आकर्षणं होती. शिवाय, खांडेकरांनी लिहिलेली विविध सदरं, मालिका त्या वेळी वाचकप्रिय ठरल्या होत्या. 'गाढवाची गीता', 'गाजराची पुंगी' , 'बहुरत्ना वसुंधरा', 'रानफुले', 'कल्पनातरंग', 'समुद्रमंथन', 'कणसाचे दाणे', 'वाङ्मयविचार', 'परिचयाची

परडी', 'पुस्तकपरिचय' यांसारख्या लेखनाने हे साप्ताहिक महाराष्ट्र सारस्वतांत 'मानाचं पान' बनून मिरवत होतं.

वि. स. खांडेकरांचं लेखन

'एका पानाची कहाणी' (पृ. ३२३) मध्ये उल्लेख केल्यानुसार, वि. स. खांडेकरांनी सन १९२४ ते १९३०-३२ या काळात विपुल लेखन केलं. प्रारंभी ते दर आठवड्याला लिहीत. 'शेकडो पृष्ठं भरतील, इतका मजकूर मी 'वैनतेय'त लिहिला' अशी कबुली देणारे खांडेकर (पृ. ३२५) आपल्या या वृत्तपत्रातील लेखनाचा पैस स्पष्ट करतात. 'वैनतेय'मधील लेखनाने वि. स. खांडेकरांमधील लेखकाला 'समग्र साहित्यिक' बनवलं. कारण साहित्याचे व वृत्तपत्रासाठी आवश्यक सर्व लेखनप्रकार त्यांनी हाताळले. खांडेकरांची लेखनप्रवृत्ती मूलत: साहित्यकाराची. आपला प्रकृतिधर्म पत्रकाराचा नाही, याची जाणीव वि. स. खांडेकरांना होती. तथापि, सामाजिक सुखदु:खाशी त्यांची जी नाळ जोडलेली असायची, त्यातून त्यांचं लेखन घडलं. विशेषत:, कोकणातील सर्वसामान्य जनतेचं दारिद्र्य, अज्ञान, पारंपरिकता, अंधश्रद्धा हे खांडेकरांच्या लेखनाचे चिंता व चिंतनाचे विषय प्रारंभापासूनच दिसून येतात. सन १९२४ साली 'वैनतेय' सुरू झाला, तेव्हा वि. स. खांडेकर शिरोड्याच्या ट्यूटोरियल इंग्लिश स्कूलचे हेडमास्तर होते. शाळेचं अध्ययन, अध्यापन, प्रशासन, विकास (इमारत उभारणी) या सर्व कामांतून वेळ काढून, ते 'वैनतेय'साठी लिहीत. शिवाय, त्यांचं नियतकालिकांसाठी म्हणून स्वतंत्र व सातत्यपूर्ण लेखन सुरू असायचंच. मेघश्याम शिरोडकरांबरोबर विविध समाजहितवर्धक उपक्रमांत सहकारी म्हणून ते सक्रिय असायचेच. डॉन क्विझोटप्रमाणे, आदर्शाची पूजा खांडेकर करत राहत असत. 'हे असंच चालायचं' ही सामाजिक मानसिकता बदलून समाजमन प्रागतिक, पुरोगामी बनवणं हे 'वैनतेय'चं ध्येय हाच वि. स. खांडेकरांच्या लेखनाचा स्थायिभाव बनून राहिला. विशेष म्हणजे, जीवनाच्या अंतापर्यंत खांडेकर सतत प्रागतिक विचार करत. ते समकालाची आव्हानं स्वीकारत लेखन करीत राहिले.

वि. स. खांडेकरांनी, सन १९२४ मध्ये 'वैनतेय' मध्ये लेखन सुरू केलं. सन १९३६मध्ये 'छाया' चित्रपटाच्या पटकथेच्या निमित्ताने ते कोल्हापूरला जाऊ लागले. सन १९३८च्या प्रारंभी, त्यांनी आपलं बिऱ्हाड कोल्हापूरला हलवलं. तोपर्यंत म्हणजे १९३७च्या शेवटापर्यंत वि. स. खांडेकर नियमितपणे 'वैनतेय'मध्ये लिहीत राहिले. एका तपाच्या तपश्चर्यापूर्ण लेखनकाळात वि. स. खांडेकरांनी 'वैनतेय'मध्ये अग्रलेख, स्तंभ, स्फुटं, वार्तापत्र, टिपणं, कथा, कविता, विनोद, पुस्तकपरिचय, वैचारिक, वाङ्मयीन, सामाजिक असं चतुरस्र लेखन केलं. 'वैनतेय', 'समुद्रमंथन',

'वाङ्मय विचार', 'कल्पनातरंग' हे चार लेखनसंग्रह त्यांचाच संग्रह होय. ते वाचत असताना, खांडेकरांच्या लेखनापेक्षा वाचनाचं क्षितिज किती व्यापक व वैविध्यपूर्ण होतं, ते पाहून आश्चर्य वाटल्याशिवाय राहत नाही. पुढील ओळीत 'वैनतेय'मधील वि. स. खांडेकरांच्या लेखनाचा आढावा व आवाका शब्दबद्ध करण्याचा प्रयत्न केला आहे.

अग्रलेख

जया दडकर यांच्या 'वि. स. खांडेकर वाङ्मय सूची'नुसार वि. स. खांडेकरांनी ४ नोव्हेंबर १९२४ ते २० मे १९३०या कालखंडात सुमारे ४० अग्रलेख लिहिल्याची नोंद आढळते. (पृ. ४९, ५०). परंतु, मेघश्याम शिरोडकरांनी 'वैनतेय' साप्ताहिकाच्या रौप्यमहोत्सवी भाषणात 'पहिल्या वर्षी ३४ अग्रलेख खांडेकरांनी लिहिले होते' (वैनतेय, १६ मे, १९५० पृ. १) अशी ग्वाही दिली होती. वृत्तपत्रातील अग्रलेख संपादक लिहितात. पण कोणा संपादकाने तो लिहिला, त्याचं नाव न लिहिण्याचा प्रघात आजही सर्व वृत्तपत्रांतून रूढ आहे. त्यामुळे, वि. स. खांडेकरांनी लिहिलेल्या अग्रलेखांची खानेसुमारी करणं अशक्य. तथापि, हे निश्चित, की उपलब्ध नोंदीपेक्षा अधिक अग्रलेख वि. स. खांडेकरांनी लिहिले असावेत. अग्रलेख-लेखनासाठी अनिवार्य असलेला वाचन, संदर्भाचा व्यासंग व टीका, टिप्पणी करायची हातोटी, कोटीबाज भाषा ही खांडेकरांच्या लेखनाची जुनीच वैशिष्ट्यं होत.

'मी कोण व माझे नाव काय?' अग्रलेख लिहून वि. स. खांडेकरांनी 'वैनतेय' साप्ताहिकाचं ध्येय, धोरण, उद्देश स्पष्ट करत वाचकांना याची ग्वाही दिली की, ''राजकीय, सामाजिक, धार्मिक, शैक्षणिक अगर औद्योगिक उलाढालींना श्रोते (वाचक) मिळविणं हीच काही वर्तमानपत्रांची इतिकर्तव्यता नाही. श्रोत्यांतून कर्ते निर्माण करणे, स्फूर्ती देऊन अगर दिशा दाखवून, सामान्य व्यक्तींना समाजसेवा-तत्पर बनवणं हे आजच्या वर्तमानपत्राचं एक आवश्यक कर्तव्य आहे.'' दक्षिण कोकणातील सावंतवाडी संस्थानातून प्रकाशित होणारं हे साप्ताहिक 'कोकणचं मुखपत्र' बनावं म्हणून 'वैनतेय'ने घेतलेले कष्ट रौप्यमहोत्सवाच्या निमित्ताने महाराष्ट्रातील सर्व अग्रगण्य दैनिक, नियतकालिकांनी मान्य केल्याची नोंद 'वैनतेय'च्या रौप्यमहोत्सवी अंकात अधोरेखित झाली आहे. त्या 'कोकणचे छायचित्र' अग्रलेखात खांडेकरांनी नमूद केलं आहे की, 'कोकण धनाने दरिद्री; पण बुद्धीने श्रीमंत आहे,' या पूर्ण अग्रलेखात खांडेकरांनी कोकणचे दोष चित्रित करून त्यांवर मात करण्याचं केलेलं आवाहन संपादकाचं दायित्व सिद्ध करणारं आहे. 'जुगारी जत्रा' अग्रलेखातून

जत्रेमध्ये चालणाऱ्या जुगारांवर कोरडे ओढून जुगारबंदीची मागणी केली आहे. खांडेकरांनी लिहिलेल्या अग्रलेखांचं विषयवैविध्य लक्ष्यवेधी आहे. 'वैनतेय'मधून खांडेकरांनी शिक्षण, राष्ट्रीयता, अस्पृश्यता, न्याय, धर्म, संस्कृती, इतिहास, राजकारण, सहकार, अर्थशास्त्र, संप, संघटन, व्यक्तिगौरव, साहित्य, भाषा असा गोफ विणत 'संपादक' म्हणून आपला व्यासंग सिद्ध केला आहे. समाजजीवनाची चारी दिशांची जाण, निरीक्षण यांतून खांडेकर अग्रलेखांत आपलं नुसतं मत नोंदवून थांबत नाहीत, तर समस्या-विमोचनाचे उपाय सुचवत, ते आपलं वृत्तपत्रीय उत्तरदायित्वही निभावतात, हे स्पष्ट होतं.

विविध सदरे आणि स्तंभलेखन

● 'समुद्रमंथन'

'समुद्रमंथन' हे समकालीन घटना, प्रसंग यांवर भाष्य, टीका करणारं वा मत व्यक्त करणारं सदर होय. वि. स. खांडेकरांनी 'वैनतेय' साप्ताहिकात ते २३ नोव्हेंबर १९२६ ते १२ ऑक्टोबर १९३७ अशी निरंतर दहा वर्षं लिहिलं. त्रेसष्ट अंकांतून ते प्रकाशित झालं. एका अंकात कधी तीन, कधी पाच तर कधी सात स्फुटं ते लिहीत असत. बहुधा, ती वेगवेगळ्या विषयांवर असत. कधी एका विषयावर पूर्वार्ध व उत्तरार्ध लिहीत. कधीकधी पूर्ण सदर एकाच विषयाला वाहिलेलं असायचं. साहित्य, समाज, शिक्षण, भाषा, धर्म अशा सांस्कृतिक विषयांच्या परिघात वि. स. खांडेकर या सदरात लेखन करीत. पण त्याचा पट मात्र वैश्विक होता. जगभर घडणाऱ्या वरील क्षेत्रांतील घटनांची नोंद घेण्याचा खांडेकरांचा कटाक्ष होता. ॲक्विसथच्या आत्मचरित्रापासून ते 'भाला'कार भोपटकर यांच्यापर्यंतचे विषय ते हाताळत. लेखनात मार्मिकता होती. पारंपरिकतेवर प्रहार असायचा. त्यामुळेच, या सदरात 'भाला'कार भोपटकर खांडेकरांच्या लेखनाचं लक्ष्य अनेकदा झाल्याचं दिसून येतं. 'समुद्रमंथन' हे सदराचं शीर्षक असल्याने विचारांचं मंथन असायचं; पण चर्वितचर्वण मात्र नसे. लेखनातून कधीकधी ते निष्कर्षवजा विधानं करीत. ती विधानं म्हणजे, वि. स. खांडेकरांच्या विचार, व्यवहार, निरीक्षण, तर्क यांची ती प्रचिती असायची. या विधानांना सुभाषिताचं रूप आल्याचं आढळतं. उदाहरणार्थ सांगायचं झालं तर, 'संधिकाळाचा फायदा संधिसाधु घेतात' (५ ऑक्टोबर, १९३७), 'जगाच्या निकषावर आलेले सोने कसा व मग आपल्या बावनकशीपणाच्या बढाया

मारा' (१४ डिसेंबर १९२६) अशी सैद्धान्तिक विधानं या सदरात जागोजागी आढळतात. त्यामुळे, हे सदर आज ९० वर्षांनंतरही वाचनीय व प्रस्तुत ठरतं, हे विशेष. मूळ मजकुरात शीर्षके नव्हती. संपादन करताना तो मजकूर वाचला जावा म्हणून ती नव्याने घालण्यात आली आहेत, याची नोंद घ्यावी.

'समुद्रमंथन' स्तंभात विषयांचं वावडं नसायचं. उलटपक्षी, जीवनाच्या सर्वांगांना स्पर्श करत हा मजकूर वाचकांना प्रगल्भ करत राहायचा. खांडेकरांच्या या लेखनात वाचकांना अंतर्मुख करून त्यांचे जीवनव्यवहार, विचार बदलण्याची शक्ती दिसून येते. स्वातंत्र्यपूर्व काळातील समाज हा पारंपरिकतेच्या गर्तेत अडकलेला होता. त्याला 'प्रागतिक' आणि 'पुरोगामी' बनवण्याचं 'वैनतेय'च्या संपादकांचं ध्येय होतं खरं. पण आज, २०१५ साली या ओळी लिहीत असतानाही समाजात मूलभूत परिवर्तन होऊन तो धर्मनिरपेक्ष, वैज्ञानिक, विवेकवादी, जातीयतामुक्त झाला, असं म्हणता येत नाही. म्हणूनही या सदराचं वाचन समकालातही प्रसंगोचित ठरतं. 'वैनतेय' साप्ताहिकामधील लेखनाच्या 'समुद्रमंथन', 'कल्पनातरंग', 'वाङ्मय विचार' आणि 'वैनतेय' या चार संग्रहाचे संपादन, प्रकाशन करत असताना 'संपादक' म्हणून मला वाटतं की, वि. स. खांडेकरांच्या असंकलित, अप्रकाशित साहित्याचं संपादन म्हणजे, जुन्या लेखनाचा केवळ संग्रह नव्हे. तो शिळ्या कढीला ऊत तर मुळीच नाही. बऱ्याचदा 'जुनं ते सोनं' असतं. 'दवा, दारू जितकी जुनी तितकी लागू' चा रिवाजही त्यामागे आहे. इतिहास हा विस्मरणाचा घटक नसून तो पुनर्मूल्यांकनाचं साधन आहे, हे आपण या संदर्भात लक्षात घ्यायला हवं.

'समुद्रमंथन' हे सदराचं शीर्षक मिथकीय असलं, तरी ते निष्कर्षजन्यतासूचक आहे. समुद्रमंथनातून जशी रत्नं हाती आली होती, तशी या लेखातून तत्कालीन घटना, प्रसंगजन्य विचारमौक्तिकं आजही हाती लागतात. भाषेच्या दृष्टीने हे सदर तत्कालीन भाषिक परंपरा प्रस्तुत करणारं आहे. उदाहरण सांगायचं झालं तर, यातील कितीतरी शब्दकळा आज वापरात नाहीत. त्यामुळे, त्यांचे संदर्भित अर्थ मजकूर वाचल्याशिवाय लक्षात येणं अवघड. भाषेच्या जुन्या चीजांचा संग्रह म्हणूनही मला 'समुद्रमंथन' सदराचं ऐतिहासिक, सांस्कृतिक महत्त्व वाटतं. 'पुनर्घटना' शब्द आज वापरात नाही. विसाव्या शतकाच्या पूर्वार्धात तो 'परिवर्तन' या अर्थाने प्रचलित होता. 'उपाय पडू लागणे' या वाक्प्रचाराचा अर्थ 'परिणाम दिसणे, प्रभाव पडणे' होता. 'पुरवणे' ही क्रिया अथवा क्रियापद 'परवडणे' या अर्थाने वापरलं जायचं. एकूण खर्चासाठी 'वट्ट' शब्द वापरात होता. 'शेकोटी' या अर्थाने 'शेगोटी' शब्द प्रचारात होता. अशा भाषाशास्त्रीय विकास व अर्थपरिवर्तन या अंगानेही मला या सदराचं महत्त्व वाटतं. कोकण, बेळगाव, गोवा अशा प्रदेशांतील 'तत्कालीन भाषेचे प्रतिबिंब' म्हणूनही या लेखनाकडे पाहता येईल.

'समुद्रमंथन' लेखनाची व्याप्ती तिला वैविध्य-सौंदर्य बहाल करणारी आहे. यात बॅरिस्टर जयकरांपासून ते रुपयार्ड किपलिंगपर्यंतच्या व्यक्ती, विचारांचा परामर्श आहे. सोनार, शिंपी, कुळकर्णी – साऱ्या वर्गांची यात हजेरी आहे. इंग्लंड, ब्रह्मदेश, इटली इथे आहे. नि सोलापूर, बेंगलोरही. हिंदू, ख्रिश्चन, मुसलमान ही सर्व धर्म घटनांची नोंद घेण्याचा उदारपणा या लेखनात प्रतिबिंबित आहे. विद्यार्थ्यांद्वारा बाराव्याच्या जेवणावर बहिष्कार घालण्यासारख्या छोट्या घटनेची नोंद हा स्तंभ घेतो, तद्वतच बर्नार्ड शॉने नोबेल पुरस्काराची रक्कम स्वीडिश अकादमीस परत केली, हे सांगायलाही हे सदर विसरत नाही. श्रद्धांजली सभा असो वा निवडणुकीची सभा, त्याची मल्लिनाथी झाली नाही, असं घडलं नाही. स्वातंत्र्यपूर्व काळात दक्षिण कोकणातील सावंतवाडीसारख्या छोट्या संस्थानातून प्रकाशित होणारं हे साप्ताहिक, तत्कालीन मुंबई इलाख्यात (महाराष्ट्र, कर्नाटक, गोवा, गुजरातमध्ये) वाचलं जायचं, याचं श्रेय वि. स. खांडेकरांच्या 'वैनतेय'मधील बहुअंगी व बहुआयामी लेखनासच द्यावं लागेल. 'समुद्रमंथन' सदर तत्कालीन समाजाचं मंथन करणारं ठरलं होतं व आजही ते तेच कार्य करण्यास उपयुक्त वाटतं यातच सदरलेखनाची कालातीतता, मृत्युंजयत्व सिद्ध होतं. यांतील काही स्फुटे मात्र अशी आहेत की, त्यांच्या विचारांशी आज सहमत होता येत नाही.

● वाङ्मय-विचार

हे सदर साप्ताहिक 'वैनतेय'मध्ये निनावी प्रकाशित होत असलं, तरी ते वि. स. खांडेकरांचं लेखन असल्याची नोंद जया दडकर यांच्या 'वि. स. खांडेकर वाङ्मय सूची'त आहे (पृ. ५५). शिवाय, सदरलेखनाची भाषा आणि शैलीही ते सिद्ध करतं. तत्कालीन संपादकीय व्यासंगही खांडेकरपूरक आहे. वि. स. खांडेकरांनी २० डिसेंबर १९२७ ते २६ नोव्हेंबर १९२९ अशा दोन वर्षांच्या कालखंडात या स्तंभाचं लेखन केलं. ते एकूण १७ अंकांत प्रकाशित झालं. पैकी उपलब्ध १५ भागांचा विचार इथे करण्यात आला आहे.

वि. स. खांडेकर शिरोड्यासारख्या आडगावी राहत होते. पण पुणे-मुंबईला जोडलेले मित्र, साहित्यप्रेमी, प्रकाशक, साहित्यिक-सहकारी यांच्यातून त्यांना वाचनाचा विलक्षण छंद जडला होता. मराठी व इंग्रजी या भाषांतील साहित्य व नियतकालिकं ते नित्य वाचत. अशा वाचनाच्या अनुषंगाने मनात निर्माण झालेले विचार, प्रतिक्रियांची नोंद खांडेकर 'वाङ्मय-विचार' सदरात करताना दिसतात. एका अर्थाने ते प्रतिक्रियात्मक लेखन असलं, तरी वाचकांचा प्रतिसादात्मक व्यवहार अपेक्षित असायचा. कारण, या लेखनात जागोजागी तशा अपेक्षा व्यक्त केलेल्या दिसतात. एका अंकात वा

भागात कधी एका तर कधी अनेक घटना, प्रसंग, साहित्यकृती, विचारांवर लिहिलेलं आढळतं. सर्व लेखनाचा उगम प्रकाशित वा वाचलेलं साहित्य असून वाङ्मयाच्या परिघातच हे सारं लेखन झालं आहे. ते अल्पाक्षरी आहे. त्याचा हेतू वाचकांना प्रगल्भ करणे, त्यांची वाचन, विचारकक्षा रुंदावणे हा स्पष्टपणे लक्षात येतो.

'वाङ्मय-विचार' सदरात केलेलं लिखाण पाहता स्पष्ट होतं, की समकालीन साहित्यव्यवहाराची नोंद घेत मराठी भाषा व साहित्यव्यवहार गतिमान करणे, विकसित व प्रगल्भ करणे त्याचा उद्देश आहे. यात वेळोवेळी उठणाऱ्या साहित्य प्रवाहांची केवळ नोंद नसून, तदनुषंगिक विचारही आवर्जून नोंदवले गेले आहेत. मेरी कॉरेलीच्या 'The Sorrow of Satan' कादंबरीची नोंद घेताना खांडेकर संपादकांच्या टिपणीच्या अनुषंगाने भाष्य करतात. म्हणून हे सदर माहितीपर नसून विश्लेषक वाटत राहतं. महर्षी धोंडो केशव कर्वे यांच्या सहकारी पार्वतीबाई आठवले यांची आत्मकथा 'माझी कहाणी' खांडेकर वाचतात. तिचं कथानक न देता, त्यातील अनुभव, प्रसंगांच्या निमित्ताने 'पौर्वात्य ब्राह्मविवाह' (पालकांनी ठरवलेले विवाह) आणि पाश्चात्त्य प्रेमविवाह यांची तुलना करत, कालौघात कोणता विवाह योग्य – तेही सुचवायला विसरत नाहीत. यातूनही 'वैनतेय' आणि खांडेकरांचं पुरोगामीपण लक्षात येतं. धर्म, ब्राह्मण्य इ. अनुषंगानेही खांडेकर समाजास काळाच्या पुढे नेण्याचा प्रयत्न करताना दिसतात. 'वैनतेय'मध्ये एकाच 'वाङ्मयविचार' सदरात अनेक स्फुट प्रकाशित करून प्रसृत करून वाचकांपुढे एकाच नाण्याच्या दोन बाजू प्रकाशित करून, प्रश्न वाचकांवर सोडतात. वाचकांत निर्णयक्षमता, स्वतंत्र विचारबुद्धी निर्माण करण्याचा प्रयत्न म्हणून १७ जुलै १९२८ मधील पालेकरांचा लेख व खांडेकरांचं हे सदर ताडून पाहता येतं. वि. स. खांडेकर 'विविध विस्तार' या तत्कालीन वाचनीय नियतकालिकाचे नियमित वाचक होते. तदनुषंगिक प्रतिक्रियात्मक लेखनही खांडेकर या सदरात करीत. ते विचार करायला भाग पाडणारं होतं न आहे, हे आजही वाचताना स्पष्ट होतं. 'किर्लोस्कर खबर' मासिकात प्रकाशित महादेवशास्त्री दिवेकरांच्या 'देववाद' लेखाचं खंडन करीत, खांडेकर देवावर भरिभार घालून स्वस्थ बसणाऱ्यांवर कोरडे ओढायला विसरत नाहीत. 'साहित्य ही शब्दसृष्टी खरी; पण तिचा जीवनाशी संबंध नसेल, तर सारंच शून्य' हे समजावत, वि. स. खांडेकर 'जीवनासाठी कला' हा आपला विचारपक्ष इथेही अधोरेखित करतात. या नि अशा अनेक उदाहरणांनी संपन्न असं हे सदर वाचकांनी मुळातच वाचलं पाहिजे. वि. स. खांडेकरांचं लेखन अनुभवसंपन्न वाटतं, त्यामागे वाचन व विचारांचं अद्वैत होतं, ते स्पष्ट करणारं हे स्तंभलेखन होय. इथेही 'समुद्रमंथन'प्रमाणे मूळ मजकुरात नसलेली शीर्षके इथे देण्यात आली आहेत. मजकूर वाचला जावा हाच उद्देश त्यामागे आहे.

● कणसाचे दाणे

'विहंगम' या टोपणनावाने वि. स. खांडेकरांनी 'कणसाचे दाणे' या सदराचं लेखन केलं. यापूर्वी सांगितल्याप्रमाणे, वि. स. खांडेकरांचं वाचन 'वैविध्यपूर्ण' असं होतं. 'लेखक' म्हणून खांडेकर आपण वाचलेलं इतरांना सांगण्यास सतत उत्सुक असायचे. हे त्यांच्याशी झालेल्या संवादातूनही स्पष्ट होत राहायचं. तीच उत्सुकता लेखनातही दिसून येते. २८ मे, १९२९ ते २१ सप्टेंबर, १९३७ या सुमारे साडेसात वर्षं हा स्तंभ चालला. या काळात सदर स्तंभाचे ३० भाग प्रकाशित झाले. प्रत्येक भागात कधी तीन तर कधी चार-पाच स्फुटं असत. बहुधा, प्रत्येक स्फुटाचा विषय वेगळा असायचा. पण कधी एकाच विषयाचे अनेक पैलू सांगायचे झाले, तर अनेक स्फुटं सलग एकाच विषयाला वाहिलेली असायची.

अन्य सदरांतून केलेलं लेखन हे वि. स. खांडेकरांचं स्व-लेखन असायचं. या सदरात 'विहंगम' हे टोपणनाव संग्राहक म्हणून लिहिलेलं आढळतं. हे माहितीपर सदर होतं. खांडेकर या सदरातून वाचकांना जीवनातील विविध विषयांवरील माहिती पुरवून, 'वैनतेय' वाचकांचं सर्वसामान्य ज्ञान वाढेल, असा प्रयत्न करायचा. 'जे जे आपणास ठावे । ते ते सकळास शिकवावे।। शहाणे करून सोडावे! सकळ जन।।' असा या लेखांचा बाज असायचा. ज्ञान, विज्ञान, व्यक्ती, विचार, भाषा, साहित्य, शिक्षण, राजकारण, इतिहास, भाषण, पर्यावरण, संस्कृती, देश, ग्रंथ, नियतकालिकं अशा कितीतरी विषयांना खांडेकरांनी या सदरातून स्पर्श केलेला आहे. नवंकोरं, ताजं देण्यावर खांडेकरांचा भर असायचा. यामागे, वाचकांना अग्रेसर बनवण्याची धडपड स्पष्ट दिसून येते. सदर अल्पाक्षरी होतं. स्फुटं आटोपशीर होती. भाषा सुबोध असायची. रंजनातून शिक्षणाचा भाव या लेखनामागे होता.

मक्याचं कणीस, त्यातील दाणे सुटे असले, तरी कणीस एकसंध असतं. ज्ञानकण स्वतंत्र खरे; पण त्याच्या वैविध्य व समग्रतेतून माणसास पूर्णत्व प्रदान करण्याच्या भावाने झालेलं हे लेखन वाचनाच्या अंगाने रंजक खचितच असायचं. अळंबी आणि प्रकाशमान वनस्पती, शिक्षकाचे दीपधारकत्व, हिंदू-मुस्लीम ऐक्य, सिनेतारका सीतादेवीची मुलाखत, जर्मन प्रेसिडेंट हिंडेनबर्ग यांचा साधेपणा, कुराण, पशुबली प्रथा, पुतळे आणि कलामीमांसा, स्त्रीचा मासिकधर्म, पर्यावरणशास्त्र, दंडबैठका व भारतीय देहयष्टी हे नुसते विषय वाचले, तरी मजकूरवैविध्य स्पष्ट व्हावं. खांडेकरांनी या सदरात कोणताच विषय वर्ज्य मानला नाही. मजकूर लेखनामागे अंतिमतः समाजहिताची दृष्टी असायची. काही स्फुटं दीर्घही आढळतात. पण अपवाद (उदा. २१ सप्टेंबर १९३७). काही स्फुटांतून खांडेकर सांख्यिकी माहिती (आकडेवारी) देऊन वाचकांचं ज्ञान अद्ययावत बनवितात. उदाहरणार्थ, दि. ११ जून

१९२९च्या भागात वृत्तपत्रांची दिलेली आकडेवारी. काही स्फुटांत खांडेकर मिश्कीलपणे भाष्य करतात, तुलना करतात. एका स्फुटात ते पांजरपोळाची तुलना पेन्शनर्सशी करत त्यांच्या रिकामटेकडेपणावर बोट ठेवतात.

खांडेकर 'कणसाचे दाणे' मधून माहितीपर मजकूर देत असले, तरी त्यामागे लोकशिक्षणाचा उद्देश नक्कीच असायचा. कधीकधी तो उघड व्हायचा. कोरियातील 'किल' नावाच्या एका गृहस्थावर जपानने तो सिगारेटविरोधी प्रचार करतो म्हणून राजद्रोहाचा खटला भरला होता. ते वृत्त वाचून खांडेकर स्फुट लिहितात. खटल्याची सविस्तर माहिती देतात. पण शेवटी निष्कर्ष द्यायला विसरत नाहीत. लिहितात, "विजयी राष्ट्र लांडग्यासारखे असते. मग ते पाश्चिमात्य असो वा पौर्वात्य असो." या सदरात साहित्यविषयक मजकूर जिज्ञासावर्धक आहे. इतकी वर्षं उलटूनही, तत्कालीन माहिती आजही उत्कंठावर्धक ठरते, याचं श्रेय मात्र खांडेकरांच्या चिकित्सक निवडीसच द्यावं लागेल. या सदरातील स्फुटांनाही वाचनीय व्हावीत म्हणून शीर्षके दिली आहेत. ती मूळ मजकुरात नव्हती याची वाचकांनी नोंद घ्यावी.

● रानफुले

'वैनतेय' साप्ताहिकात वि. स. खांडेकरांनी जे विपुल आणि वैविध्यपूर्ण स्तंभलेखन केलं, त्यात 'रानफुले' हे सदर आगळंवेगळं होतं. एका विशिष्ट साहित्यप्रकाराला वाहिलेलं सदर म्हणून 'रानफुले' व्यवच्छेदक ठरतं. या सदरात वि. स. खांडेकरांनी फक्त लघुनिबंध लिहिले. मराठी साहित्यात प्रा. ना. सी. फडके यांनी 'गुजगोष्टी' लिहून लघुनिबंधाला जन्म दिला. म्हणून, ते मराठी लघुनिबंधाचे 'जनक' मानले जातात. पण पुढे वि. स. खांडेकरांनी मराठीत इतके विपुल नि वैविध्यपूर्ण लघुनिबंध लिहिले, की त्यांच्याकडे समीक्षक 'मराठी लघुनिबंधाचे विकासक' म्हणून पाहतात. खांडेकरांचा पहिला लघुनिबंध 'निकाल द्या' हा 'वैनतेय' साप्ताहिकातच प्रसिद्ध झाला होता.

'रानफुले' सदर – वि. स. खांडेकरांनी १९२७ ते १९२९ अशा सुमारे दोन वर्षांच्या कालखंडात लिहिलं. 'वैनतेय'मध्ये हे सदर खांडेकरांनी 'आदर्श' या टोपणनावाने लिहिलं होतं. 'वैनतेय'मधून खांडेकरांचे २०-२२ लघुनिबंध प्रकाशित झाले. ते 'वायुलहरी' आणि 'रानफुले' या लघुनिबंधसंग्रहांत संकलित आहेत. 'रानफुले' सदरात 'पांढरपेशा', 'अरसिक किती हा', 'दूधभात', 'मनुष्य व यंत्र', 'वृद्धांची पतंगक्रीडा', 'काळोखाचे दिवस', 'नीचपणा नको', 'विषमता', 'लग्न' यांसारखे लघुनिबंध प्रकाशित झाले होते.

आकर्षक प्रारंभ, अप्रत्यक्षित वा अनपेक्षित घटनांची मालिका, निष्कर्षवजा

शेवट अशा सूत्रांनी बांधलेले हे निबंध होत. साध्या विषयातून मोठा आशय सांगण्याचं सामर्थ्य या निबंधांतून आढळतं. कल्पनाविलास, संवादशैली, अनुप्रासिक भाषा ही खांडेकरीय लेखनवैशिष्ट्यं इथे न आढळती, तरच आश्चर्य! जीवनदृष्टी देणारे हे लघुनिबंध वाचनीय आहेत. इथे नमुन्यादाखल एकच देण्यात आला आहे. कारण वि. स. खांडेकर याच्या प्रकाशित लघुनिबंध संग्रहांतून यापूर्वीच ते उपलब्ध झाले आहेत.

● गाढवाची गीता

'गाढवाची गीता' सदरलेखन नाट्यछटेच्या रूपात लिहिलं गेलं. इथे रूपबंधापेक्षा आशय महत्त्वाचा होता. सन १९२४-२५ च्या दरम्यान, म्हणजे 'वैनतेय' साप्ताहिकाच्या प्रारंभीच्या काळातच हे सदर प्रकाशित झालं. या लेखनामुळे, वि. स. खांडेकरांचा लौकिक 'विनोदी लेखक' म्हणून सर्वदूर पसरला होता. नाट्यछटा एका विशिष्ट घटना वा प्रसंगावर बेतलेली असते. तीत एकच एक प्रगट पात्र असतं. अन्य सूचक पात्रं जरूर असतात; पण ती गौण वा पूरक कार्य करतात. हा तसा एकपात्री प्रयोग असतो. स्वगत संवाद व प्रगट कथनांनी नाट्यछटा आकारत असते. खांडेकरांनी या रूपबंधात १८ अध्याय लिहिले. शिवाय, नंतर 'गीतारहस्य' शीर्षकाने प्रास्ताविक लिहिलं. पुढेही त्यानंतर 'गाढवापुढे गीता' म्हणून आणखीन दोन अध्याय लिहिले. या समग्र लेखनाचं स्वतंत्र पुस्तक 'गाढवाची गीता आणि गाजराची पुंगी' मधून या ओळीच्याच लेखकाने संपादित केले असल्याने, ते या संग्रहात संकलित करण्यात आलेलं नाही.

या सदरातून खांडेकरांनी सुशिक्षितांची मोफत वाचण्याची खोड, संपादकांची भूमिका, महागाई, भ्रष्टाचार, सावकार, केशवपन, श्रमप्रतिष्ठा, अंधश्रद्धा, नशीब, म्हातारपण, सदाचार यांसारख्या विषयांवर विनोदी शैलीतून केलेलं हे लेखन समाजाच्या तत्कालीन विसंगतीवर बोट ठेवणारं होतं. पण, आजही ते तितकंच प्रस्तुत ठरतं. काळ बदलला; पण माणसाच्या वृत्ती-प्रवृत्तींत मात्र बदल झालेला दिसत नाही, हे शल्य आजच्या वाचकांना खुपल्याशिवाय राहणार नाही. हे लेखन एक प्रकारे वाचकांशी सहज, रंजक पद्धतीनं केलेलं हितगूज होतं, म्हणून ते हृदयस्पर्शी झालं आहे.

● गाजराची पुंगी

'वैनतेय' साप्ताहिकात 'गाढवाची गीता'नंतर केलेलं विनोदी लेखन म्हणून 'गाजराची पुंगी' या सदराकडे पाहावं लागतं. सन १९२५ च्या मध्यास २ जून,

१९२५ रोजी हे सदर सुरू झाले. ते २१ डिसेंबर, १९२६ पर्यंत चालले. या दीड वर्षाच्या कालखंडात याचे सप्तसूर (सात भाग) प्रकाशित झाले. सप्तकात या सदराची रचना करण्यात आली होती. असं दुसरं सप्तक लिहिलं गेलं होतं. पण त्याचा एकच सूर (भाग) हाती आला आहे. हे सारं लेखन 'गाजराची पुंगी' या स्वतंत्र पुस्तकात प्रकाशित झाल्याने द्विरुक्ती भयापोटी इथे देण्याचं टाळलं आहे.

विनोदी लेख असं या सदराचं रूप होतं. 'जोड्याचे आत्मवृत्त', 'साधुसंत विश्वविद्यालय' यांसारख्या लेखशीर्षकावरून लेखनाचं स्वरूप स्पष्ट होतं. या लेखनातून खांडेकरांनी आपली समाजनिरीक्षणं टिपली आहेत. हे लेखन केवळ समाजचित्रण नसून, त्याची चिकित्सा, भाष्य, समीक्षा म्हणूनही महत्त्वाचं ठरतं.

वि. स. खांडेकरांचा 'लेखक' म्हणून झालेला प्रवास हा गमतीकडून गांभीर्याकडे सरकत गेलेला दिसतो. प्रारंभी कोट्या करणारे खांडेकर, नंतर सुभाषितवजा भाषा वापरतात. आरंभी उदाहरणांची खैरात व उपमांचा पाऊस पाडणारी त्यांची लेखणी उत्तरकाळात गंभीर तत्त्वचिंतनात रमलेली दिसते. एक 'लेखक' म्हणून खांडेकरांचा झालेला विकास पाहायचा, तर 'कल्पनातरंग'मधील लेखन पायाभूत ठरतं. वृत्तपत्रीय लेखन नियमित करावं लागतं. सातत्यातून कौशल्य विकसित होतं, हे गायकाच्या बाबतीत जेवढं खरं आहे, तितकंच ते लेखकाच्या बाबतीतही! 'गाढवाची गीता' आणि 'गाजराची पुंगी' या शीर्षकाने प्रकाशित स्वतंत्र ग्रंथातून दोन्ही एकत्र वाचणं, म्हणजे खांडेकरांचं विनोदी लेखन समजून घेणं होय.

● बहुरत्ना वसुंधरा

'गाढवाची गीता' आणि 'गाजराची पुंगी' सारखंच लिहिलेलं 'वैनतेय' साप्ताहिकातील तिसरं सदर म्हणजे, 'बहुरत्ना वसुंधरा' होय. ते निनावी असलं, तरी लेखनशैली व मांडणी लक्षात घेता, ते वि. स. खांडेकरांचंच होतं, हे सांगायला कोण्या भविष्यवेत्याची गरज नाही. वरील दोन स्तंभांच्या तुलनेत हे सदर 'अल्पकालिक'च म्हणावं लागेल. कारण या सदरात तीन रत्नंच (भाग) प्रकाशित झालीत.

पैकी पहिल्या रत्नात खांडेकरांनी सन १९२८-२९ या शैक्षणिक वर्षात अध्यापनात इंग्रजांनी 'डायरेक्ट मेथड' वापरण्याच्या काढलेल्या फतव्याचा फटकारे मारत परामर्श घेतला आहे. दुसरं रत्न गायक गाण्यासाठी कायकाय प्रयत्न करून नक्कल करत असतात, त्याची खिल्ली उडवली आहे. तर तिसरं रत्न साहित्याच्या मवाळ भूमिकेचा खरपूस समाचार घेतं. हे लेखन शैलीच्या अंगाने महत्त्वाचं ठरतं.

स्वातंत्र्यपूर्व काळात जून, जुलै, १९२८ मध्ये झालेलं हे लेखन. विसंगती वा अनुकरणावर बोट ठेवणारं हे लेखन. या लेखनात धार आहे खरी. पण सशाच्या

शिकारीला सिंहाच्या शिकारीची तयारी केल्यासारखं त्याचं स्वरूप आहे. वि. स. खांडेकर अशा प्रकारचं लेखन करतात, तेव्हा त्यांचा युक्तिवाद मात्र बिनतोड असतो खरा! अशा लेखनात क्रोध, सुरसुरी भरलेली असली, तरी अल्पकालीन मनोरंजन, हास्य यांपलीकडे त्याचं महत्त्व राहत नाही. लेखनातील कलात्मकता कधी महत्त्वाची तर कधी आशय. त्या दृष्टीने पाहिलं, तर या लेखनाचं महत्त्व भाषा आणि शैली-सौंदर्यापुरतंच मर्यादित राहतं, हे मात्र नाकारता येणार नाही.

● कल्पनातरंग

एखाद्या क्रिकेटवीराचा पहिल्या चेंडूवर झेल जावा अथवा त्रिफळा उडावा, तसंच 'कल्पनातरंग' या सदराचं झालं. त्याचा अवघा एक भाग 'वैनतेय' साप्ताहिकाच्या दि. २३ जुलै १९२९ च्या अंकात प्रकाशित झाला होता. तो भाग पहिला व शेवटचा ठरला. हे लेखनही 'बहुरत्ना वसुंधरा'प्रमाणे निनावी असलं तरी भाषा, शैली, उदाहरणं, लकब पाहता ते खांडेकरांचंच होय. या स्फुटात दोन भाग आहेत. पहिल्या भागात 'अति तेथे माती' वा 'अति सर्वत्र वर्जते' चा भाव आहे. दुसरा भाग त्याचाच, त्याच विषयभावाचा उत्तरार्ध असून दृष्टान्त, उदाहरण वेगळे आहे इतकंच. अतिरेकामुळे काव्य आणि व्यवहार, निवृत्ती आणि प्रवृत्तींमध्ये हाडवैर निर्माण होतं, अशी शिकवण देणारा हा मजकूर.

एखादी छोटी कल्पना घेऊन त्याचा तरंग विस्तारित करणारं हे सदर. त्याला 'कल्पनेचे तारे तोडणं' असं एवढ्याचसाठी म्हणता येणार नाही, कारण खांडेकर कधीच निरुद्देश्य लिहीत नसतात. खांडेकरांच्या लेखनाचा फेर सतत मनुष्यहिताभोवती पिंगा घालत राहतो. खांडेकरांमध्ये मनुष्यहिताचा अखंड असा एक प्रवाह निरंतर झरत असतो, त्याचं प्रत्यंतर 'कल्पनातरंग' सदरामधूनही येतं. खांडेकरांच्या लेखनात पाश्चात्त्य लेखकांचं उदाहरण व पौर्वात्य मिथकांचा प्रयोग, वापर यांची सरमिसळ नित्य असते. भूतकाळास भविष्यलक्ष्यी बनवण्याचा खांडेकरांचा छंद जुनाच. तो या लेखनात न आढळता, तरच आश्चर्य! आपणास सांगायची गोष्ट खांडेकर नेहमी शर्करा वेष्टनातून सांगतात, त्याचा प्रत्यय या लेखनातूनही येतो.

● परिचयाची परडी

ज्याला पुस्तकपरिचय, परीक्षण, टीका, समीक्षा म्हणता येईल, अशी दोन सदरं वि. स. खांडेकरांनी 'वैनतेय' साप्ताहिकात लिहिल्याचं दिसून येतं. पैकी एक होतं 'परिचयाची परडी'. हे सदर वि. स. खांडेकरांनी ११ नोव्हेंबर, १९२४ ते २२ एप्रिल, १९३० अशी सुमारे सहा वर्षं सतत लिहिलं. ते 'आदर्श' या टोपणनावाने

ते लिहीत. दुसरं होतं, 'पुस्तकपरिचय'. ते निनावी असे. हे सदर २८ फेब्रुवारी, १९२८ ते ५ ऑक्टोबर, १९३७ असं सुमारे नऊ वर्षं चाललं. दोन्हींत थोडा फरक दिसतो. 'परिचयाची परडी'मध्ये खांडेकर आपल्याला आवडलेल्या पुस्तकांबद्दल विस्ताराने व मनस्वीपणे लिहीत. त्यात एक प्रकारची अनौपचारिकता, प्रेम, आदरभाव दिसतो. 'पुस्तकपरिचय'मधील परीक्षणं ही 'साहित्यिक-संपादक' म्हणून आलेल्या औपचारिक जबाबदारीची परिपूर्ती असायची. 'परिचयाची परडी'मध्ये एका भागात एकच पुस्तकाबद्दल मनसोक्त लिहिलं जायचं. कधीकधी तर ते अनेक भागांत लिहिलं जायचं. उदाहरणच द्यायचं झालं, तर तांबेशास्त्रीलिखित 'धर्म-मीमांसा' ग्रंथाचं देता येईल. या सदराच्या प्रारंभीच सदर ग्रंथावर लिहिलं गेलं, तेही तीन भागांत. हे परीक्षण सततच्या तीन अंकात (११, १५ नोव्हेंबर आणि ३० डिसेंबर, १९२४ ते प्रकाशित करण्यात आलं.

'परिचयाची परडी' मधून वि. स. खांडेकरांनी एकूण २८ ग्रंथांबद्दल लिहिलं आहे. त्यात श्रीपाद कृष्ण कोल्हटकरलिखित कादंबरी 'दुटप्पी की दुहेरी' वि. द. घाटे व माधव ज्युलियनांचा संयुक्तपणे संपादित कवितासंग्रह 'मधु-माधव', अण्णासाहेब लठ्ठे रचित 'श्री शाहू छत्रपती चरित्र', 'तुतारीचे पडसाद' हा श्री. वि. वर्तकांचा टीकाप्रबंध अशा अनेक महत्त्वाच्या आणि वैविध्यपूर्ण साहित्यप्रकारांवर बेतलेल्या ग्रंथांचा परामर्श खांडेकरांनी या सदरातून घेतलेला आढळतो. 'परिचयाची परडी'मध्ये ज्या ग्रंथांचा परिचय खांडेकर करून देतात, त्या ग्रंथांची त्यात भलावण असतेच असं नाही. कितीतरी वेळा कठोर टीकाही असते. 'धर्ममीमांसा' या तांबेशास्त्रीलिखित ग्रंथाच्या परीक्षणात ते शास्त्रीबोवांनी केलेल्या धर्माच्या व्याख्येचा 'धर्म आचारप्रभव' असल्याचे मान्य करतात. परंतु धर्मात परिवर्तन करता येत नाही, या मताचं खंडनही. खांडेकरांची ही वस्तुनिष्ठ समीक्षापद्धती अनेक परीक्षणांत आढळून येते. अण्णासाहेब लठ्ठे रचित 'श्री शाहू छत्रपती चरित्र' ग्रंथ राजाराम महाराजांमुळे ',०० पृष्ठांचा असूनही अवघ्या दोन रुपयांना मिळत असल्याबद्दल प्रशंसा करतात. 'तपकिरीच्या किमतीत कस्तुरी' असं त्यांचं वर्णन चपखल आहे. 'दलितवर्गाच्या उद्धाराकरिता शाहू छत्रपतींनी जिवाचं रान केलं व ही गोष्ट महाराष्ट्राच्या हृदयपटलावर कायमची कोरलेली राहील,' हे नोंदवायलाही ते विसरत नाहीत. टिळक, गांधी, गोखले प्रभृती – मान्यवर वा अन्यांबाबतीतही खांडेकरांची मते त्या काळाच्या वेळी होती; पण त्याच व्यक्तींबद्दलचं खांडेकरांचं नंतरच्या काळात झालेलं लेखन 'पूर्वमतांत झालेल्या परिवर्तनाचा पुरावा' म्हणून पाहता येतो. मतभिन्नता व परमताचा आदर हे विवेकशील, लोकशाही जीवनपद्धतीचा अनिवार्य भाग असतो. खांडेकरांच्या या परीक्षणातील मतांबाबत सर्वजण सर्वदा सहमत होतील असं नाही. मीही नाही. यासंदर्भात एक घटना 'वैनतेय'चे संपादक मेघश्याम शिरोडकरांच्या बाबतीत घडलेली

असली, तरी या प्रसंगी ती प्रस्तुत म्हणून नोंदवावीशी वाटते. शिरोडकर समाजवादी, धर्मनिरपेक्ष. खांडेकरांप्रमाणेच. सावंतवाडी राष्ट्रीय स्वयंसेवक संघाचे गोळवलकरगुरुजी आलेले असताना भेटायला गेले होते, तेव्हा म्हणाले, 'Let us agree to differ'. गुरुजींनी तत्काळ उत्तर दिलं, 'Let us differ to agree'. विचारांचं मतभेदपूर्ण स्वागत लेखनास उदारतेकडे नेत असतं, हेच खरं प्रागतिकपण होय.

या सदरात 'तुतारीचे पडसाद' या केशवसुतांच्या कवितेवरील टीकाप्रबंधाची चर्चा आहे. ती खांडेकरांचा काव्यविषयक व्यासंग स्पष्ट करणारी आहे. आचार्य अत्रे यांच्या 'झेंडूची फुले'चं परीक्षण मुद्दामहून प्रकाशित करतात. कारण खांडेकरांना गेल्या दोन वर्षांत विनोदी कवितेस ओहोटी लागल्याचं वैषम्य वाटतं. प्रा. ना. सी. फडके यांच्या 'दौलत' कादंबरीची या सदरात करण्यात आलेली चिकित्सा खांडेकरांच्या स्वागतशील समीक्षेचं उदाहरण म्हणून नोंदविता येईल. या सदरात खांडेकरांनी आपले लेखनगुरू श्रीपाद कृष्ण कोल्हटकरांच्या 'दुटप्पी की दुहेरी' (कादंबरी), कथासप्तक (संपादन), 'श्यामसुंदर'ची (कादंबरी) मीमांसा केली आहे. काशीबाई कानिटकर, आनंदीबाई शिर्के प्रभृती स्त्री-लेखिकांच्या लेखनाचा खांडेकरांनी करून दिलेला परिचय त्यांना 'उदारमतवादी टीकाकार' सिद्ध करणारा आहे.

आजच्या वृत्तपत्रात एका परिच्छेदात पुस्तकपरिचय करून देण्याने या वृत्तपत्रांची तत्कालीन वाङ्मयीन महत्ता लक्षात येते. या पार्श्वभूमीवर, 'वैनतेय'सारखं केवळ चार पृष्ठांचं साप्ताहिक असूनही पृष्ठंच्या पृष्ठं खर्च करायचं, यातून त्यांची वाङ्मयीन अभिरुची अधोरेखित होते. या समीक्षा बऱ्याचदा परखड झाल्या आहेत. काहींत पाल्हाळीकता आढळते. 'नमनास घडाभर तेल' अशी त्यांची स्थिती झाली आहे. पण खांडेकर सर्वच परिचयांत जी तार्किक चर्चा घडवतात, त्या मात्र विचारणीय असतात. खांडेकर सोदाहरण आपली सहमती वा मतभिन्नता नोंदवतात. त्यातून त्यांची सव्यसाची वृत्ती स्पष्ट होते. समीक्षेची ठेवण टीकाशास्त्राला धरून असल्याने त्या शास्त्रोक्त झाल्या आहेत. वि. स. खांडेकरांच्या साहित्यिकाबरोबर त्यांच्यातील 'टीकाकार' समांतरपणे घडत गेला. म्हणून त्यांचं लेखन समकालीनांच्या तुलनेत अधिक गुणात्मक, कसदार होत गेलं आहे.

● पुस्तक-परिचय

वर या सदराची पूर्वपीठिका दिली आहेच. या स्तंभात खांडेकरांनी विविध अशा २० ग्रंथांचा परिचय करून दिला आहे. उपरोक्त सदराच्या तुलनेत हे ग्रंथ दुय्यम ठरत असले, तरी वाङ्मयीन इतिहासाच्या दृष्टीने त्यांचं महत्त्व आहे. 'गडकरी यांच्या आठवणी', 'ऐतिहासिक पोवाडे' यांच्याबरोबरीने कादंबरी, काव्य, नाटक,

भाषणं यांचा इथे परिचय करून देण्यात आला आहे.

'गडकऱ्यांच्या आठवणी'मधून १९ लोकांच्या विविध आठवणींतून खांडेकर राम गणेश गडकरी यांचं व्यक्तिमत्त्व उभं करतात. 'हिंदुपदपातशाही' ग्रंथाची तुलना खांडेकरांनी न. चिं. केळकरांच्या 'मराठे व इंग्रज' ग्रंथाशी केली आहे. 'भावमंथन' आणि 'माधवी' या वाङ्मयविहार मंडळ प्रकाशित काव्यसंग्रहातील विविध कवी, काव्यप्रकारांचा खांडेकरांनी घेतलेला परामर्श ही त्यांच्या काव्यव्यासंगाची साक्ष होय. सुनीतं आणि गीतं यांमधील बारकावे खांडेकर जाणतात. तसंच, लक्ष्मीबाई टिळक, पांगारकर, गोविंदांच्या काव्यलेखन-कौशल्याची त्यांना पुरेपूर जाण असते. यातून खांडेकरांचं वाचन, विचार, तर्कव्यवहार समजायला ही परीक्षणं उपयोगी ठरतात. वि. स. खांडेकर या सदरातून केवळ ग्रंथांचीच नोंद घेऊन थांबत नाहीत, तर 'वैनतेय' वाचकांसाठी ते अधी-मधी साहित्य संमेलनांच्या निमित्ताने प्रकाशित विविध नियतकालिकांच्या विशेषांकांचा परिचय करून देऊन, संपादक, समीक्षकाची चौफेर चिकित्सा व चौकसबुद्धी सिद्ध करतात. सन १९३७ च्या 'यशवंत' मासिकाचा, ३५० पृष्ठांचा (ज्यात २०० पृष्ठं सचित्र होती), साहित्य संमलेन विशेषांकाचा विशेषत्वाने उल्लेख करावा लागेल. शिवाय, ते संमेलनात प्रसिद्ध झालेल्या ग्रंथांचाही आवर्जून परिचय करून देत. या त्यांच्या धडपडीमुळे, 'वैनतेय'मधील परीक्षण, टीकेस तत्कालीन मराठी साहित्यजगतात प्रतिष्ठा निर्माण झाली होती. या व अन्य नियतकालिकांतील परीक्षणांमुळे खांडेकर 'टीकाकार' म्हणूनही मान्यता पावले होते.

● स्फुट सूचना, वार्तापत्रं, टिपा

ज्याला 'संकीर्ण' म्हणता येईल अशा अनेक स्फुट सूचना, वार्तापत्रं, टिपा खांडेकरांनी 'वैनतेय'ची गरज म्हणून लिहिल्या आहेत. स्वातंत्र्यपूर्व काळात वृत्तपत्राच्या संपादकाला 'वृत्तपत्रीय गरज' म्हणून सर्व प्रकारची कामं करावी लागत. 'वैनतेय' साप्ताहिक शिरोडकर, खांडेकर, साप्ते या त्रिमूर्तींनी राष्ट्रीय ध्येयवादाने प्रकाशित केलं होतं. 'पहिली पावलं' या आपल्या साहित्यिक आत्मकथनात वृत्तपत्र-संपादनासंबंधी 'ताबंड्या मातीत उठाबशा'मध्ये खांडेकरांनी स्पष्ट केलं आहे की, "माझी भूमिका मजकुराचा माल पुरविणाऱ्या मदतनिसाची होती. अग्रलेखापासून फुटकळ बातमीपर्यंत. माझ्या या साप्ताहिक पोतडीत सर्व प्रकारच्या चिजा असत." यावरून खांडेकर पडेल ते लेखन करायचे, हे स्पष्ट होतं. शिरोड्याचे बातमीदार म्हणूनही खांडेकर लेखन करायचे. 'वैनतेय'मध्ये 'शिरोड्याचं वार्तापत्र' नियमित प्रसिद्ध होत असे. ते खांडेकरच लिहीत. सन १९३० साली शिरोडे येथे झालेल्या राज्यपातळीवरील 'मीठ सत्याग्रह'संबंधी वार्तापत्रं खांडेकरांनी लिहिली होती. खांडेकरांना सत्याग्रहातच

प्रत्यक्षात भाग घ्यायचा होता. पण शाळेची नोकरी ही अडचण होती. त्याची भरपाई त्यांनी 'वार्तापत्रं' लिहून केल्याच्या नोंदी आहेत. धोंडो केशव कर्वे, डॉ. वॉनलेस प्रभृतींसंबंधी स्फुटं, टीपा अल्पाक्षरी असल्या, तरी प्रभावी आहेत. 'स्फुट सूचना' मधील 'राष्ट्रीय भाऊबीज', 'येते साहित्य संमेलन', 'मराठी ज्ञानकोश','वा. गो. आपटे निधन', 'शंकराचार्यांपुढील कामे' यांसारखी स्फुटं केवळ वाचनीय नसून ती अंतर्मुख करतात. खांडेकर 'स्फुट लेखक' म्हणून बहुश्रुत, बहुअवधानी होते. स्वल्प आणि दीर्घ दोन्ही प्रकारचं लेखन ते समान तन्मयतेने करीत, हे विशेष. यातूनही त्यांचं सामाजिक मन, धर्मनिरपेक्ष वृत्ती, गैरांप्रति आक्रमकता, प्रागतिकता सारी वैशिष्ट्यं प्रतिबिंबित होत राहायची.

'समुद्रमंथन', 'कल्पनातरंग', 'वाङ्मय विचार' आणि 'वैनतेय' हे चार लेखनसंग्रह हे वरील सर्व लेखनाचे संग्रह आहेत. मुद्रण व वाचनसुविधेसाठी या लेखनाचे चार भाग करण्यात आले आहेत. चार भाग करताना, एकाच स्वरूपाची दोन सदरं वि. स. खांडेकरांद्वारा लिहिली जाणं—हेही एक कारण होय. उदाहरण द्यायचं झालं तर, 'पुस्तकपरिचय' आणि 'परिचयाची परडी' याचं देता येईल. दोन्ही सदरांचं स्वरूप एक आहे; पण उद्देश वेगळा आहे. तीच गोष्ट थोड्याफार फरकाने 'समुद्रमंथन' आणि 'कणसाचे दाणे' या सदरांची. हे लेखनसंग्रह वि. स. खांडेकरांच्या वृत्तपत्र लेखनवैविध्याचा आलेख व नमुना होय. हे ग्रंथ खांडेकरांचे अष्टपैलू वाचन, व्यासंगाचा पुरावा म्हणून महत्त्वाचे. 'स्फुट सूचना', 'वार्तापत्रं', 'टिपणे' ही सदरं संकीर्ण, तरीही लेखनकामाठी सिद्ध करणारी. विसाव्या शतकाच्या प्रारंभी, संपादन-लेखनासाठी किती मेहनत घेत हे पाहिलं, की त्यांचे कष्ट व समर्पणाचा अचंबा वाटल्यावाचून राहत नाही. हे सर्व देशासाठीचा त्याग व निष्ठेसाठी होतं, हे महत्त्वाचं. मिळकत – शून्य. कष्ट केवळ ध्येयवादातच शक्य असतात. 'पत्रकारितेचा आदर्श' म्हणूनही या लेखनसंग्रहांचे ऐतिहासिक महत्त्व आहे.

जया दडकर यांच्या 'वि. स. खांडेकर वाङ्मयसूची'मुळे हे चार ग्रंथ संपादित करणं शक्य झाले. पंचम खेमराज महाविद्यालय, सावंतवाडीचे ग्रंथपाल श्री. गं. आ. बुवा यांच्यामुळे हा सारा लेखनसंग्रह उपलब्ध होऊ शकला. त्या उभयतांचे मन:पूर्वक आभार!

'वि. स. खांडेकर रजत स्मृती-प्रकल्प'मधील हा 'रजत स्मृती प्रकल्प' पूर्ण करताना, या प्रकाशनास अनुमती व सहकार्य करणाऱ्या वि. स. खांडेकरांच्या कन्या मंदाताई आपल्यात नाहीत. त्यांचं कृतज्ञ स्मरण आणि हा सारा 'रजत स्मृती प्रकल्प' त्यांना आदरपूर्वक समर्पित! वरील चार ग्रंथांचा हा गुच्छ वाचकांनी मिळवून एकत्रितपणे वाचावा. त्यामुळे वि. स. खांडेकरांच्या 'वैनतेय' साप्ताहिकातील सर्व लेखन वाचल्याचे समाधान वाचकांना लाभेल. त्यातून वि. स. खांडेकरांच्या समग्र

लेखनाचे आकलन शक्य होईल. या प्रकल्पाचं प्रकाशन पूर्ण केल्याबद्दल मेहता पब्लिशिंग हाऊस, पुण्याचे अनिलभाई आणि सुनीलभाई पिता-पुत्रांचे मन:पूर्वक आभार! त्यांच्याशिवाय हे शक्य नव्हतं, याची जाणीव आज प्रकर्षाने होते आहे. गेले तपभर केलेल्या कष्टांचे फलित म्हणून या 'रजतस्मृती प्रकल्प'च्या संकल्पपूर्तीकडे पाहावे लागेल.

'रजतस्मृती प्रकल्प' वि. स. खांडेकरांच्या पंचवीसाव्या स्मृती वर्षात (२००१) संकल्पित करुन सुरु केला. सन २०१९मध्ये तो एकूण २८ ग्रंथ प्रकाशित होऊन पूर्ण होत आहे. मुळात २५ ग्रंथ प्रकाशित करण्याची योजना होती. ती ग्रंथसंख्या २८च्या घरात गेली आहे. अद्याप किमान पाच ग्रंथांचे संपादन प्रगतीपथावर आहे. रोजच्या माझ्या खांडेकर शोधाच्या ध्यासात ही संख्या कितीवर जाईल हे सांगणे अशक्य! मराठीतील हा अशा स्वरूपाचा एकमेव बृहत् प्रकाशन प्रकल्प असावा.

११ एप्रिल, २०१५ **डॉ. सुनीलकुमार लवटे**

महात्मा जोतिबा फुले जयंती

अनुक्रमणिका

कणसाचे दाणे

✧

१. या अल्ला! यह तो काफिर हो गया...

मुसलमानांची आडदांड वृत्ती आता त्यांच्याचपैकी सुशिक्षित तरुणांना जाचू लागली आहे. मुसलमानांच्या पराकाष्ठेच्या परमत-असहिष्णुतेमुळे त्यांची प्रगती खुंटली असून जगाच्या ते मागे पडत आहेत. मात्र हिंदी मुसलमानांइतके बाहेरील मुसलमान धर्मवेडे नसल्यामुळे टर्की वगैरे राष्ट्रांनी मुल्लामौलवींच्या दाढीचा फास तोडून टाकून पाश्चिमात्य संस्कृतीचा अंगीकार केला आहे. इकडील मुसलमान तरुणांनाही आस्ते आस्ते ही जाणीव होऊ लागली आहे. ढाकाच्या मुस्लीम हॉल मॅगेझिनमध्ये लिहिताना श्री. नसिरुद्दीन अहमद यांनी खालील गोष्टींचे दिग्दर्शन केले आहे.

(१) मुस्लीम समाजाने बौद्धिक जागृतीची खच्ची केली आहे. (२) स्वतंत्र मताचा पुरुष कधीही सुरक्षित राहिला नाही. (३) इस्लामच्या मोठमोठ्या कवींनाही धर्मवेड्या उलेमांच्या आज्ञेमुळे देहान्तशासन देण्यात आलेले आहे. शेखसाद्दीच्या जिवावरही हे वेडे उलेमा उठले होते. (४) मुस्लीम वृत्ती ही पराकाष्ठेची असहिष्णू आहे. (५) पिरमुल्ला याखेरीज कोणतीच चळवळ होत नाही. एवढे लिहून पुढे नसिरुद्दीन लिहितात, 'दिवाळे काढलेल्या खिलाफतींच्या अगर मशिदीपुढील वाद्याच्या नावावर आव्हान करा; इस्लामचे सैनिक इस्लामच्या शत्रूशी सामना देण्यास अनावश्यक उत्साहाने रिकिबीत पाय टाकून तयार होतील; परंतु तेच आव्हान कितीही महत्त्वाच्या जागतिक कार्यासाठी करा, जरूर तेवढा उत्साहही आमच्यात दिसत नाही.'

या अल्ला! यह तो काफिर हो गया!...

२. हिंदी कलेची श्रेष्ठता

सर जॉर्ज वर्डवुड यांनी रॉयल सोसायटी ऑफ आर्ट्सपुढे बोलताना हिंदी कलेत उच्च, सौंदर्यिक व लवचीक गुण नसल्याबद्दल आक्षेप घेतले. त्याला उत्तर म्हणून

श्रीशरचंद्र चतर्जी यांनी १३ कलावंतींच्या सहीने लंडन टाइम्समध्ये उत्तर दिले. हिंदी कलेचा आत्मा तर भावनांचे कौशल्यपूर्ण आविष्करण हाच आहे व त्यादृष्टीने पाहणाऱ्याला हिंदी कला हा सौंदर्याचा निर्झर भासेल. बुद्धप्रतिमेत तर उच्च सौंदर्याची दृष्टीच पूर्णतेला गेलेली दिसते व त्या प्रतिमा जगात कलेच्या दृष्टीने स्फूर्तिदायी बनल्या आहेत. पौर्वात्यांची दृष्टी आध्यात्मिक असल्याने त्यांची कला ही आध्यात्मिक बनली आहे. हिंदी कला भारताच्या मर्यादा ओलांडून ख्रिस्ती शकाच्या जन्मवेळीच चीन, जपान, सयाम, कांबोडिया, जावा वगैरे 'प्रबुद्ध भारता'त पसरली होती. सांची, बदामी, भुवनेश्वरी वगैरे लेण्यांतील रेखाचित्रे आज वर्षानुवर्षे जिवंत राहिली असून कलेच्या दृष्टीने जगात पहिलीच आहेत. मग दानवांच्या (काहींच्या मते, हा झोरोष्ट्रियन होता) नावावर असलेली दिस्वाराची खोदचित्रे स्वप्नसृष्टीचे चित्र भासते. दोन हजार वर्षांपूर्वीची अजिंठ्याची चित्रे अजून भारताचा गौरव गात आहेत. जगातील कलावंतांना आपल्याकडे खेचून आणत आहेत व आणखी भावी कालांची किती वर्षे अजिंठा लोहचुंबकाप्रमाणे जगातील कलावंतांना आकर्षित राहील, कुणाला ठाऊक!

३. प्रकाशावर प्रकाश

'प्रकाशा'वर अधिक प्रकाश पडत आहे. डॉ. हॅन्स मोलिच्छ यांनी 'सायंटिफिक इंडिया'मध्ये 'सजीव प्रकाशा'वर आपले बरेच अनुभव दिलेले आहेत. अळंब्यांच्या पुष्कळ जाती स्वयंप्रकाशी असतात असे प्रोफेसरसाहेब म्हणतात. प्रस्तुत लेखकानेही पावसाळी उगवणाऱ्या तत्समान वनस्पतींत शक्ती पाहिली आहे. एवढेच नव्हे, तर दलदलीच्या जागांवर हातपाय धुताना पाणी सांडले, तर ती जमीन चमकतानाही पाहिली आहे. मग त्याचे कारण पावसाळ्यात होणारे 'काडू' असावे की काय खात्री नाही. (काडूंत फॉस्फरस असल्यामुळे ऋतुपौष्टिक गुटिकांमध्ये त्यांचा उपयोग करतात अशी माहिती मिळते.) हा प्रस्तुत लेखकाचा अनुभव आहे. डॉ. मोलिच्छ यांनी तर जाव्हामध्ये वाळलेल्या पानांतही प्रकाशशक्ती पाहिली आहे. ३० तऱ्हेची अळमी व २० तऱ्हेचे जंतू स्वयंप्रकाशी असलेले त्यांच्या पाहण्यात आलेले आहेत. मांसादि, मिठाच्या मिश्रणात त्याचा काही भाग मिश्रणाच्या वर ठेवून ३-४ दिवस जाऊ दिले असता प्रकाशी बनते हे त्याच्या तैल व शर्कराद्रव्यांमुळे असेल. गोमांस ८९ व घोड्यांचे ६५ टक्के प्रकाशी असते. कोणीही हा प्रयोग घरी करण्यासारखा आहे. मच्छीवर हा अगर असाच प्रयोग कोणी करून परिणाम पाहिला काय?

४. हिंदी स्त्री व कलादृष्टी

'अजून नष्ट न झालेली आपल्या स्त्रियांची तालबद्ध गती, त्यांच्या अंगविक्षेपांचे साहजिक लावण्य ही थोडक्यात देशात सापडणाऱ्या कला साहित्याची संपत्ती आहे.' या शब्दांत मेनका नावाने प्रसिद्ध झालेल्या श्रीमती लैला सास्त्री यांनी सन्डे टाइम्समधील आपल्या लेखात हिंदी स्त्रियांतील कलादृष्टीचा गौरव केला आहे. आपले राजवाडे, कलशादी भांडी, सुंदर आभरणे, नाना तऱ्हेचे अलंकार हेही कलेचे अप्रतिम साहित्य आहे असे मेनकेचे म्हणणे आहे. हिंदी साडीचा वेष हा त्यांना सौंदर्यपूर्ण वाटतो. प्रसंगानुसार त्याच्या रंगांत विविधता आणली की तो उठावदार दिसतो, असे त्या म्हणतात. व्यक्तहृदय नृत्य या नाचात त्यांनी रुद्राक्ष धारण केले होते, तर लिरिक नाचात मोगऱ्याच्या फुलांच्या अलंकारांनी शरीर नटविले होते. इतर नाट्यनृत्यांत त्यांनी उंची अलंकार घातले होते. या प्रासंगिक वेषामुळेच त्यांचे नर्तन इतके परिणामकारक होई. हिंदी स्त्रियांत कलैकदृष्टी तर आहेच; पण ती केवळ सुशिक्षितांत नसून ग्राम महिलांमध्येही आढळते. एखाद्या गावच्या एखाद्या नदीवर स्नान करून व ओल्या केसांना सैल गाठ मारून डोकीवर अगर कमरेवर पाण्याचा कलश वा घडा घेऊन घरी परतणाऱ्या स्त्रीच्या सुंदर गतीकडे, शालीनतेकडे, पवित्र मुखाकडे व शरीरसौष्ठवाकडे पाहिले असता मेनकेचे म्हणणे पटू लागेल.

५. समुद्र आणि सोने

'समुद्राच्या पाण्यातही सोने असते' असे एखाद्याने म्हटले, तर आपण त्याला वेड्यात काढू; पण हे म्हणणे वेडेपणाचे नाही असे प्रो. हॅवर व डॉ. क्वॅस्वर्थ या जर्मन संशोधकांचे शोध वाचून म्हणावे लागेल. 'सिंध हेरल्ड'ने आल्टोनाचे डॉ. ऑल्टो स्डटॅडले यांचा एक लेख प्रसिद्ध केला आहे. 'मीटीअर' या जर्मन जहाजावरील प्रो. हॅवर यांनी १८६ ठिकाणांचे चौदाशे नमुने गोळा करून हा शोध लावला आहे. समुद्रातील 'फळकुटा'त हे सोन्याचे कण अधिक असतात व आश्चर्याची गोष्ट, समुद्राच्या वरच्या थरात त्यातूनही अधिक किनाऱ्याजवळ हे सोने अधिक असते. डॉ. क्वॅस्वर्थ यांना ग्रीनलँड व आइसलँड यांशेजारी हा सुवर्णाचा अंश अधिक आढळला.

२८ मे, १९२९

१. स्वगृहीचा सद्‌भाव

'समाजातील चळवळीसाठी एक मध्यवर्ती द्रव्यनिधी सुरू करणे आणि मुलामुलींकरिता एक आश्रम गोवा प्रांताच्या सरहद्दीवर ब्रिटिश हद्दीत स्थापणे ही दोन कामे शक्य तितक्या लवकर आपण हाती घेतली पाहिजेत. ही दोन्ही कामे आपण चांगल्या रीतीने पार पाडली, तर एका तपाच्या अवधीत आपल्या समाजाचे नष्टचर्य दूर होईल' या शब्दांत गत वर्षी मराठा गायक समाजाच्या शिक्षण प्रसारक परिषदेत डॉ. कोवाडकर यांनी गोमंतकीय गायक समाजापुढे कार्याची दिशा ठेविली होती.

सावंतवाडीतून ग्रामीण वर्गातून उदयाला आलेली पण आज वरिष्ठ वर्गाच्या दर्जाला चढलेली काही घराणी संस्थानात व बाहेर आहेत. त्यांनी लाज भीड यांना थोडेसे बाजूला सारले तर असेच कार्य सावंतवाडीतही करता येणार नाही काय?

२. अफसोस की बात

रामानंद चतर्जीसारखा उदारमतवादीही मुसलमानी आक्रमणांविषयी बोलू लागला हे वाचून आम्हाला शतवार वेदना होतात! गरीब बिचाऱ्या आम्हाला शतवार वेदना होतात! गरीब बिचारे, मऊ मेणासारखे मुसलमान गुंड कुठे हिंदूंच्या सन्मान्य पुढाऱ्याचे काहीसे खून, कुठे जाकोबावादसारखी स्त्रियांचीही नामर्दपणाची हत्या, कुठे वाद्यांच्या सबबीवर डोकेफोड करून तिरक्या डोळ्यांनी अफगाणिस्तान नाहीतर तुर्कस्तानकडे लक्ष लावून असतात आणि अशा महान व्यक्तीच्या असल्या महत्कृत्यांविरुद्ध हिंदुमहासभा हुल्लड उठविते हे मोठ्या शरमेचे आहे! रामानंदासारखा वृद्ध समतोल पुरुष काय म्हणतो ऐका–

"सैन्यामध्ये हिंदूंपेक्षा मुसलमानांचीच संख्या अधिक आहे.

आपल्या मुलामुलींना दोघांनाही सशस्त्र व निःशस्त्र, वैयक्तिक व सामुदायिक स्वसंरक्षणाची कला शिकविलीच पाहिजे.

जखमी अगर रक्तांकित होण्याच्या भीतीतून त्यांना मोकळे केले पाहिजे. मी या गोष्टीवर भर देत आहे, ती कुरापतींकरिता नव्हे, तर फाजील संस्कृतीच्या संस्कारांनी आलेल्या मार्दवांतून मुक्त व्हावे व अहिंसा व मैत्री हा सर्व जगाला द्यावयाचा हिंदुस्थानचा संदेश उपदेशण्याला व अमलात आणण्याला योग्य व लायक करणारी शक्ती, धैर्य व लायकी यावी म्हणूनच.''

ब्राह्म समाजाच्या एका अनुयायाने असल्या भयंकर गोष्टी बोलाव्या, ही बडी अफसोसची बात आहे!

३. वृत्तपत्र सांख्यिकी

१९२७-२८च्या मुंबई इलाख्याच्या वृत्तान्तातून घेतलेल्या खालील वाङ्मयविषयक गोष्टी मराठी साहित्याबद्दल थोडीबहुत कल्पना देतील –

२६-२७ साली राजकारणाचा विचार करणारी वर्तमानपत्रे २५८ होती, ती या वर्षाच्या शेवटी २६८ झाली. १०० नवी निघाली त्यांतून ८६ 'उत्पद्यंते विलीयंते' कोटींत जमा झाली. २६८पैकी एकट्या मुंबई शहरात ७९, तर सर्व सिंधात ४९ प्रसिद्ध होतात. यांपैकी ११२ किंवा ४२ टक्के ब्राह्मणांच्या हाती आहेत. (याचा उल्लेख मुद्दाम केलेला दिसतो.) ८१ इतर हिंदूंच्या ताब्यात आहेत. १३२ जैन, १२ पार्शी, ४० मुसलमान व १० ख्रिश्चन लोकांच्या हाती आहेत. ६ टक्के इंग्रजी, ३५ टक्के मराठी, २२ टक्के गुजराती, ३ टक्के हिंदी, ५ टक्के कानडी, ३ टक्के उर्दू व १४ टक्के सिंधी आहेत.

४. मालविलेल्या पेटत्या दिव्याविषयी

शहाजहान बादशहाच्या स्नानगृहात पाणी तापविण्यासाठी एक विशिष्ट दिवा केला होता. तो लॉर्ड कर्झनच्या अमदानीपर्यंत सारखा पेटत होता व त्यावरील पाण्याच्या टाक्या गरम होऊन उसळत होत्या; पण कर्झनच्या कारकिर्दीत मोठ्या प्रयत्नाने तो दिवा जो मालविण्यात आला, तो काही परत पेटला नाही. आजवर हा दिवा हे एक मोठे रहस्य होते व अजूनही आहे; पण मॅडम व्हलॅव्हेटस्की या थिएसफीच्या उत्पादकांच्या कागदपत्रांत एक क्रिया-पत्र मिळाले आहे व ते जर्मनीचे प्रिन्स अॅबट ऑफ स्पॅन्हीम यांनी प्रसिद्ध केले आहे. ही क्रिया R/Flour of Sulphur and Calcined Alum (आर फ्लोअर ऑफ सल्फर व कॅल्साइल अॅलम) यांवर उभारली आहे. ती काहीशी सहस्त्र पुटीमात्रासारखी आहे. विशेष माहितीकरिता 'यंग थिएसफिस्ट'चा ताजा अंक पाहावा.

५. पुस्तक सांख्यिकी

२७-२८ साली मुंबई इलाख्यात प्रसिद्ध झालेल्या एकंदर २२११ पुस्तकांपैकी ६११ मराठी, ४३३ गुजराती, ३९६ सिंधी, २२४ इंग्लिश, ८५ हिंदी, ४३ उर्दू, २५ इतर भाषांत ७६ निरनिराळ्या बोलींत व २६० एकापेक्षा अनेक भाषांत होती. किरकोळ ग्रंथ सर्वांच्या एक तृतीयांश होते. धर्मविषयक ३९७ व काव्यविषयक ३७७ होती.

११ जून, १९२९

✧

१. शिक्षक जाणीव जागृती

बहुतेक शिक्षकांना आपल्या कार्याची जाणीवच झालेली नसते. काहींना वाटते, आपण आपल्यापुढील बालचमूचे सम्राट आहोत, तर काही अप्रबुद्धांना वाटते, की मुले ही शाळेच्या मेंढवाड्यांतील मेंढरे असून आपण त्यांचे धनगर आहोत, काहींना तर शिक्षक म्हणजे काय याची जाणीवच नसते. इतर नोकरीधंदा नाही म्हणून केळ्याच्या घडावर वा अशाच एखाद्या चंचुप्रवेशावर यांचा शाळेचा प्रवेश झालेला असतो. अशा शिक्षकांना मि. पी. एस. वरेलचा खालील उतारा वाचनीय व मननीय वाटेल.

"कोणत्याही शिक्षकाला सर्व गुणांचा राजमोहरा होता येणार नाही हे खरे आहे. मन:पूर्वक कलेल्या प्रामाणिक कामाची स्मृती जर त्याला मागे ठेवता आली, तर त्याला समाधान मानण्यास काहीच हरकत नाही. शिवाय, सुशिक्षकाइतके इतरांना माहीत नसते, की तो काही त्याच्या स्वत:च्या विद्यार्थ्यांनी कित्ता घेण्याजोगे उदाहरण नसतो. तो स्वत:ही ज्या ध्येयाचा मार्ग प्राप्त करून घेण्याचा प्रयत्न करीत असतो, त्या सत्य व सत्वाच्या ध्येयावरील मार्गावर प्रकाश टाकणारा तो दीपधारक असतो. आपल्या शोधात तो रेंगाळला नाही अगर गळला नाही तर पुष्कळ झाले."

२. जाहिरातींना नाही तोटा

पार्लमेंटच्या निवडणुकीत जी पक्षापक्षी झाली, त्यातील खालील जाहिराती म्हणजे पक्ष्यांच्या भांडणात उडालेली पिसे आहेत. उदाहरणार्थ लेबर गरजतो, 'सापापासून सावध राहा! कॉन्झर्व्हेटिव्ह पक्षाला मत देणे म्हणजे वेटोळी वाढविणे होय.' उलट कॉन्झर्व्हेटिव्ह पक्ष आपल्या कामगिरीचा पाढा वाचतो, 'गेल्या चार वर्षांत कॉन्झर्व्हेटिव्ह पक्षाने ८००००० घरे बांधली. वचनापेक्षा भुवनेच श्रेयस्कर असतात.' Premises are better than promises – 'सोशिलिस्ट तुमची मिळकत

घेतील, लिबरल तुमची मिळकत उसनी म्हणून घेतील; परंतु कॉन्झर्व्हेटिव्ह मात्र ती वाढवतील!' अशा जाहिरातींना तोटा नव्हता.

३. एतद्देशीय जाहिराती

आपल्याकडेही अशाच जाहिराती लावता येतील. उदाहरणार्थ 'माधवराव यादव यांचा साडेतीन मजली फेटा म्हणजे ब्राह्मणेतर पक्षाच्या उच्च आकांक्षेची साक्ष आहे. अर्थात ब्राह्मणेतर पक्षालाच मत द्या.' 'हरिभाऊ आंबेकरांना निवडून देणे हे हलक्या गांधी टोपीऐवजी भारदस्त पगडीची स्थापना करण्याइतकेच महत्त्वाचे आहे.' 'भालाकारांचा भजन-भाषण-भैरव पक्ष भाल्यासारखा तिखट नसून बुंदी काढण्याच्या झाऱ्यासारखा मासलेदार आहे.' 'कैवारीच्या मुलुखमैदानी गडगडाटाने पापडांचाही चक्काचूर होतो; मग कौन्सिलांत प्रतिपक्षाची काय कथा?' 'शंकराचार्यांच्या पीठाने मान्य केलेल्या उमेदवारांना निवडून देणे म्हणजे शेंडीचे संरक्षण करणे होय.' अशा अनेक जाहिराती पुढे-मागे फडकलेल्या दिसणार नाहीत, असे कोणी म्हणावे?

४. विनोदात विनोद

"एक तरुण गिरगाव ट्राम नाक्यावर ट्रामची वाट पाहत होता. ट्राम आली, तो त्याभोवती ५-६ कच्चीबच्ची 'आजोबा-आजोबा' म्हणून ओरडताना दिसली. त्याला आश्चर्य वाटले; पण तो स्वत:कडे पाहतो तो जख्खड म्हातारा झालेला! तेव्हा त्याच्या लक्षात आले की, ट्रामची वाट पाहत असतानाच मध्यंतरी एवढा काल निघून गेला आहे!" हा विनोद विनोदांत जरी एखादा बोलला तरी आपण त्याला वेडगळच म्हणू; पण नुकतीच अशी एक गोष्ट झाली आहे. लाहोरच्या रेल्वे मेल सर्व्हिसमध्ये नूर महंमद यांनी १९१२ साली एक कार्ड टाकले, ते तारीख २९ मे १९२९ रोजी 'जमीनदार' पत्राच्या उंबरठ्यावर येऊन दाखल झाले. सतरा वर्षे मार्ग चालत असणाऱ्या या अभ्यागतावरून भुर्दंड म्हणून दोन पैसे ओवाळून पोस्टखात्याला द्यावे लागले. कारण, एडवर्ड बादशहाच्या कारकिर्दीत कार्डाचा दर एक पैसा होता; सध्या दोन पैसे आहे. इतकी वर्षे वाट चालून या पत्राने काय सांगितले?– माझी आपल्या पत्राचा वर्गणीदार होण्याची इच्छा आहे!

१८ जून, १९२९

✧

१. प्रेम : आध्यात्मिक की ऐंद्रिय?

उर्दू काव्य प्रेमकाव्यामुळेच विख्यात आहे. पुरातन संस्कृत नाट्याकडे पाहिले, तर त्यातील प्रेमविषयक काव्य बरेचसे ऐंद्रियिक वासनांना दिसणाऱ्या सौंदर्याचीच पूजा करताना दिसते. 'व्यतिषजति पदार्थान्'प्रमाणे एखादा चरण प्रेमालाही गूढतेच्या सीमेवर आणून उभा करीत असला, तरी एकंदरीत राजसमूहाला प्रीत करण्याकरिताच ज्यांचा जन्म अशा नाटकांत आध्यात्मिक व इंद्रियवासनातीत प्रेम नसल्याबद्दल खेद वाटावा असे काही नाही. मग मुसलमान समाज एकंदरीत रंगेलच असल्याने उर्दू काव्य कितीही श्रीमंत असले, तरी रंगेलपणाचीच भरती त्यात अधिक असावी हे उघड आहे; तथापि खालीलसारखे एखादे युग्म आनंददायक व गूढ भासेल.

'दिलके दर्जों के बगल बीच लिये फिरता हूँ। कुछ इलाज इनका भी ऐ शीशःगर है कि नहीं?' पाहा, मी हातातून माझ्या भग्न हृदयाचे तुकडे नेत आहे. हे धूर्त काव्यकाम्यांनो, ही फुटकी वस्तू जुळवून देणारा आपल्यात कोणी आहे का?

२. वस्त्र : मागणी व मक्ता

परदेशी कापडावरील बहिष्कार अजून सार्वत्रिक झालेला नाही. अतिशय श्रीमंत व अतिशय गरीब हे दोन्ही वर्ग परदेशी कापडाचे गिऱ्हाईक आहे. नेहमी स्वार्थत्याग करावा लागतो तो मध्यम वर्गाला व तोही अजून या विषयावर केंद्रित झालेला नाही. इतकेही असून सध्याच्या चळवळीचा परिणाम किती होत आहे, हे मि. जे. सी. राबर्ट्स, अध्यक्ष, दिल्ली वस्त्र वैश्य संघ यांचे भाषणावरून कळेल. ते म्हणतात, "सद्य: देशांत असणारी अस्थिर राजकीय स्थिती व त्यातून निघालेली परदेशी कापडावरील बहिष्कार ही व्यापारी समाजाला कमी चिंतेत पाडत होती असे नाही. सध्याच्या हिंदुस्थानच्या खालावलेल्या स्थितीतून कारखान्यांची मूळ केंद्रेही सुटली नाहीत; हिंदुस्थानातून मागणी व मक्ते घेणारे गिऱ्हाईक नसल्याने ग्रेट ब्रिटनमधील

एकतृतीयांश विणकामी गिरण्यांना टाळे लावावे लागले. दिवसेंदिवस स्थिती वाइटातून अतिवाइटाकडे जात आहे व भावी काळ अनिश्चित व खेदकारकच दिसतो.''

इंग्लंडच्या कापडाचा प्रत्येक दोरा म्हणजे हिंदी रक्त शोषणारा एकेक ढेकूण आहे, हे यावरून समजेल. परदेशी कापडावर सर्वांत अधिक रक्कम कलकत्ता खर्च करते व तेही मुख्यत: धोतरांवर! २९२१ लाखांवरून या वर्षी ही रक्कम ६५१६वर आली आहे!

३. मुसलमानांची दिलजमाई आवश्यक

वरील विस्तृत उतारा घेण्याचे कारण एवढेच की, मुसलमानांतील सुशिक्षित समाजाच्या विचारांची दिशा कशी आहे ते समजावे. अल्ली बंधूसारखे पठाण व गुंडांचे राजे काय म्हणतात व किती गुर्मीने भुंकतात इकडे लक्ष देण्याचे हिंदूंना काही कारण नाही. वरीलसारख्या सुसंस्कृत मुसलमानांच्या विचारावर मनन करणे आवश्यक आहे. युसप अल्लींची विचारसरणी भारदस्त असली, तरी हा उपदेश त्यांनी हिंदूंपेक्षा आपल्या आडदांड भाईबंदांनाच अधिक केला पाहिजे. हिंदुधर्म हा जात्याच सहिष्णू आहे. सांस्कृतिकदृष्ट्या ग्रीक काळापासून आजवर प्रत्येक संस्कृतीतील इष्ट गोष्टी तो स्वीकारीतच आला आहे. एवढेच नव्हे; तर सुशिक्षित हिंदूंना मुसलमानांच्या निराकार, अमूर्त, ईश्वराचे भजन करण्यातही कमीपणा वाटत नाही. तथापि, उलटपक्षी मुसलमानांनी हिंदूंशी दिलजमाई करण्याकरिता कोणते प्रयत्न केले आहेत? अकबरासारख्या थोर राजाने हिंदू स्त्रियांशी राजपुत्रांचे विवाह केले तेही स्वार्थानेच; कारण खुद्द अकबराने हिंदू स्त्रिया झनान्यांत ओढण्यात जेवढा उत्साह दाखविला, त्यांच्या सहस्रांश पटीने तरी मुसलमान कन्यका हिंदूंना देण्यात दाखविला आहे काय? थोडक्यात सांगावयाचे तर, हृदये विषारली आहेत ती मुसलमानांनी; हिंदूंनी खास नव्हेत.

४. आदरणीय अमानुल्ला

''व्यक्तिश: मला अपयश आले तरी माझी तत्त्वे अफगाणिस्तानात कधीच पराभूत होणार नाहीत. मला खात्री आहे की माझ्या दहा वर्षांच्या कारकिर्दीतील परिश्रम व प्रयत्न यांनी जी विचारसरणी उद्भवली आहे, ती अफगाणिस्तानाला सद्य:स्थितीत कधीच राहू देणार नाही.''

या शब्दांत आशावादी अमानुल्लांनी आपल्या अपयशाचा समारोप केला आहे. अमानुल्लांना यश आले असते तर हिंदुस्थानातील मुसलमानांचा परस्परच कान

पिरगळला गेला असता; पण मुल्लामौलवींच्या फाजील जंजाळाच्या झंजावातांत सुधारणेचे तारू टिकू शकले नाही ही गोष्ट मात्र खेदाची आहे. यद्यपि साऱ्या हिंदू, हिंदुस्थानची सहानुभूती अमानुल्लांच्या मागे आहे, अमानुल्लांच्या अपयशाने वेड्या मुलांना गुदगुदल्या होत असल्या वा त्यांच्याच वृत्तीच्या मुसलमानांना द्वेष वाटत असला, तरीही हिंदूंना या वीराविषयी केव्हाही आदरच वाटेल.

हिंदी वैद्यकशास्त्राला उज्ज्वल इतिहास आहे. रॉयल सोसायटी ऑफ ऑर्टसपुढे कॅ. जॉन्स्टन सेंट यांनी या विषयाचें सूक्ष्म विवेचन केले आहे. बौद्ध युगाच्या प्रारंभी हिंदी वैद्यकशास्त्राचे सुवर्णयुग चालू होते. 'प्राचीन भारतातील वैद्यकांचे अध्ययन' या ग्रंथांत होएर्नल म्हणतो की, बुद्ध जातकावरून भारतात दोन मोठी विद्यापीठे होती. त्यात जगविख्यात आचार्यांकडून सर्व शास्त्रांचे अध्यापन होत असे असे दिसते. ते दोन विद्यापीठे म्हणजे पूर्वेला काशी व पश्चिमेला झेलमच्या तीरी तक्षशिला व तक्षिला होय. बुद्धकालीन वैद्य जीवक हा तक्षिलेचा विद्यार्थी होता.

२५ जून, १९२९

१. आम्ही एकशे पाच

'हिंदुस्थानातून येणाऱ्या तारा वाचल्या की आम्हाला वाटते की मुसलमान हे शांत गोप्रेमी हिंदूंचे रक्त पिणारे भयंकर हिंसक लोक आहेत.' अशा शब्दांनी आपल्या भाषणातील हिंदू-मुसलमानविषयक मुद्द्याला देवी सरोजिनी नायडू यांनी सुरुवात केली. हे भाषण इंग्लंडमधील 'ब्रिटिश इंडियन युनियन' पुढे १४मेला झाले, सरोजिनींऐवजी एखादा मुसलमान वक्ता असता, तर हिंदूंविरुद्ध आग पेटविण्याचा मोह त्याला क्वचितच टाळता आला असता. पण हिंदू संस्कृतीत कमळाप्रमाणे वाढलेल्या सरोजिनींनी परक्यांपुढे आपण १०५ हेच धोरण ठेवून उलट मुस्लीम व हिंदू संस्कृतींचा उत्कृष्ट संगमच दाखविण्याचा प्रयत्न केला.

२. हिंदू-इस्लाम संस्कृती

देवी पुढे म्हणतात, 'हिंदूंहून भिन्न अशी त्यांची संस्कृती आहे हे खरे आहे. एक वन तर दुसरी रण (पठार) संस्कृती आहे. एकीत शांती, ध्यान, वन निर्वाण हे गुण आहेत, तर दुसरीत साधे, सरळ, धोट वाहणारे उघड मैदानातले मोकाट वारे आहेत. ते स्थिर आणि स्फोटक आहेत. दोन्हीही प्रकार आवश्यक आहेत.

इस्लामाने हिंदुस्थानात आणलेली सर्वांत सुंदर गोष्ट म्हणजे, 'स्वर्ग मातृपदी असतो' हे प्रेषिताचे वचन होय. वैदिक धर्मालाही माता म्हणजे जीवनाचे सर्वस्वी सौंदर्य व सत्य याचे स्थान असेच वाटते. अशा तऱ्हेने या उभयांत असणाऱ्या मातृविषयक आदराने हिंदू-मुसलमानांत एकीच झाली आहे या उद्‌गारात ऐतिहासिक सत्य कितपत आहे अल्ला जाणे! पण नळबाजारातल्या गुंडांच्या राजाचे उद्‌गार व या देवीचे उद्‌गार हे तुलना विरोधाची छानदार उदाहरणे म्हणून दाखविता येतील.

३. विधायक भाषण

'दैवयत्ते कुले जन्म मदायत्ते तु पौरुषम्' ही महारथी कर्णाची उक्ती मराठा गायक समाजाने जे कर्तृत्ववान व धडाडीचे पुरुष पुढे आणण्यास सुरुवात केली आहे, त्यावरून सार्थ आहेशी वाटू लागते. या समाजाची परिषद नुकतीच गोमंतकातील शिरोड्यांत भरली होती. त्या वेळचे अध्यक्षांचे विद्वत्तापूर्ण भाषण त्याच समाजाला नव्हे, तर इतरांनाही पुन्हापुन्हा वाचण्याजोगे झाले आहे. ज्ञातिविषयक परिषदांना हल्ली ऊत आला आहे; पण प्रस्तुतच्या भाषणासारखी पूर्ण विधायक भाषणे वाचण्यात येणे हे रत्नाकरांतील अमृताइतकेच विरळा आहे. कोणत्याही ज्ञातिविषयक सभेच्या अध्यक्षांचे भाषण काढले, तरी त्याचा बारा आणे भाग विघातक स्वरूपाचा व राहिलेल्या भागांत विधायक सूचनांची बोळवण असे जवळजवळ ठरूनच गेले आहे; पण कोणत्याही इतर समाजापेक्षा या समाजाला इतर समाजावर टीका करण्याचा वाजवी हक्क असताही अध्यक्षांनी सुचविलेला विधायक मार्ग सध्याच्या दिशेने जोपर्यंत हा समाज चालू ठेवीत आहे, तोपर्यंत उत्तरोत्तर अधिकाधिक रत्नांची निपजच या समाजात होईल, हे नि:संशय होय.

४. साक्षरता : जग आणि हिंदुस्थान

हिंदुस्थानला सुशिक्षित करण्याकरिता आपण हाती कंकण बांधले आहे असे ब्रिटिश राजसत्ता नेहमीच सांगत असते; पण खरे म्हटले तर हिंदुस्थानला सुशिक्षित करण्याकरिता इंग्रजांनी फारसे श्रम बिलकूल घेतलेले नाहीत. कचेरीतील कामासाठी कारकुनांचा तांडा निर्माण करणे एवढाच इंग्रजांच्या शिक्षण दातृत्वाचा उद्देश होता व आहे व तो जरुरीपेक्षाही अधिक सफल झाला आहे, हे कुणीही सांगेल. पण इतकेही असून हिंदुस्थान शिक्षणात जगाच्या तुलनेत अत्यंत ग्रासलेला आहे, हे खालील आकड्यांवरून स्पष्ट होईल. साक्षरांचे शेकडा प्रमाण–

देश	पुरुष	स्त्री
इंग्लंड	९३.४	९१.४
डेन्मार्क	१००	१००
जर्मनी	१००	१००
युनायटेड स्टेट्स	९५.५	९३
जपान	९८	९५
हिंदुस्थान	५.१	१.५

पाश्चात्त्य देशांच्या आकड्यांपुढे हिंदुस्थानचे साक्षरता-प्रमाण ठेवण्याजोगे तरी आहे काय?

९ जुलै, १९२९

✧

१. इतिहासाचे अक्षम्य अज्ञान

'महत्त्वाच्या ऐतिहासिक गोष्टींचे स्मारक होते' या नियमाला उदाहरण म्हणून एक शिक्षक आपल्या विद्यार्थ्यांना म्हणाले, ''पुण्याची बंड गार्डन हे १८५७च्या बंडाचे स्मारक होय!!'' प्रस्तुतचे उदाहरण श्री. बोकिल यांनी आपल्या 'अध्यापनाच्या पूर्वतयारी'त दिले आहे. बंडाच्या घोटाळ्यात शिक्षक महाशयांच्या इतिहास ज्ञानाचा बंद तुटला यात काहीच आश्चर्य नाही. कारण मराठ्यांचा झेंडा भगवा होता. ते राम राम म्हणत एवढ्याच आधारावर आमचे इतिहासकार बिचाऱ्या रामदासांची छाटी निशाणकाठीवर चढवतात की नाही? यापेक्षाही आमची आठवण अधिक मौजेची आहे. एक गृहस्थ कलक त्याच्या मराठा खंदकाविषयी बोलताना म्हणाले, की इंग्रजांनी मराठा खंदक खणला, तो कंपनीच्या हपीसरांना मराठ्यांच्या अकलेच्या खंदकाचा वस्तुपाठ देण्याच्या हेतूनेच! शिवाजी महादजीच्या काय वा नाना बापूंच्या काय, बुद्धीच्या खोलीचा अंत कुणालाच लागला नाही. तेव्हा अख्ख्या या अकलांचा पाठ पुढे ठेवून कंपनीच्या नोकरांनी तयारी करावी हाच त्याचा उद्देश होता.

२. चित्रपट नि कालपट

रासपुतिनला चलचित्रपटांच्या जगात पुनर्जीवन मिळाले हे ऐकून पुष्कळ बुवांच्या चेल्यांना आनंद वाटेल. एक वेळ रशियाच्या बादशहाच्या राजवाड्यात या बुवांचा शब्द म्हणजे बायबलाचे वाक्य समजले जात असे. या वैभवात लोळत असता साधुमहाराजांना युक्त असे सर्व भोग त्याने भोगलेच. हिंदुस्थानातील वाममार्गासारखाच अनीती प्रसारक पंथ स्थापन करण्यात यशही मिळविले. पुढे पापाने पाप वाढत एक दिवस त्याचा घडा फुटला व त्याच्याच भगतांपैकी प्रिन्स युसोपोव्हकडून त्याचा खून झाला. सर्व जगात रासपुतिनसारखी कुप्रतिष्ठित दुसरी व्यक्ती नसेल; पण हीच व्यक्ती आता चित्रपटावर येताच, त्याला चलच्चित्रपटांकडून साधुत्वाचे गिलिट

देण्याचा प्रयत्न झाला आहे; कारण रासपुतिन हा मूळचा शेतकरी. सध्याचे रशियाचे सरकार शेतकऱ्यांच्या आणि शेतकरी कधी पापी झाला आहे? पाप, अनीती, दुष्टपणा, स्वार्थ सगळा काही शेतकरी तर लोकांत भरलेला असतो. तरीपण चित्रपटापेक्षा कालपट अधिक न्यायनिष्ठुर आहे. शेण रेशमात बांधले म्हणून त्याची घाण जाते असे नाही.

३. उत्खननाचे जतन महत्त्वाचे

मुस्लिमांच्या रानटी आवडीचा एक प्रसंग नुकताच वाचण्यात आला. अफगाणिस्तान एक वेळी बुद्धधर्मीयांच्या ताब्यात होते, हे प्रसिद्धच आहे. हजार वर्षांपूर्वीच्या या बौद्ध वैभवाला उत्खननाने प्रकाशात आणण्याची कामगिरी एका फ्रेंच मिशनने केली व इतिहासाचा सोनेरी दुवा शोधून काढला. रानटी मुसलमानांच्या वेडपट बुद्धीला सुंदर मूर्ती पाहिल्या, की मस्तक फिरल्यासारखे होते, हे उत्खननाचार्य फाउचर जाणून होते. म्हणूनच त्यांनी त्या वेळच्या अमानुल्लांच्या अफगाण सरकारला प्रस्तुत संशोधनावर पहारा ठेवण्याची विनंती केली; पण विनंतीप्रमाणे अंमलबजावणी झाली नाही आणि शुक्रवारच्या प्रार्थनेनंतर वेड्या मुल्लांच्या चिथावणीने मुसलमानांनी या उत्खननावर हल्ला केला व लाखो रुपये खर्चून बाहेर काढलेल्या इतिहासाचा चक्काचूर केला. या पुण्यकृत्याने स्वर्गातील अल्लाचे डोळे निवांत झाल्याच्या आनंदाने ते परत फिरले.

४. संस्कृतीचा उजेड केव्हा?

केवळ नूतन उत्खननाचा नाश करून मुसलमान राहिले नाहीत, तर फ्रेंच उत्खनिकांना विष पाजण्याचा प्रयत्नही त्यांनी केला. एवढ्या संकटांतूनही फ्रेंच संशोधकांनी ६०,००० मूर्त्या व स्तूप प्रकाशात आणले व बरेचसे संशोधित उत्खनन पॅरिसलाही नेले. सद्य: ते मुसी गिमेटमध्ये ठेवले आहे. अद्यापिही बरेच काम व्हावयाचे आहे; परंतु मुसलमानांच्या रानटी मस्तकात संस्कृतीचा उजेड पडेल तेव्हा!

५. इतिहास साधने

जर्मनीतील बॉन शहरी जर्मन पौर्वात्य अभ्यासकांची परिषद भरली होती. तीपुढे हीरीज ड्युडर यांनी 'भारतातील भाषातुलनाशास्त्र, इतिहास व उत्खनन' यावर

वाचलेला निबंध मॉडर्न रिव्ह्यूच्या जूनच्या अंकी आला आहे. हिंदुस्थानला इतिहास नसला, तरी भरपूर ऐतिहासिक साधने आहेत. कालाच्या पोटात गडप झालेला हा इतिहास श्रावष्ठि, तक्षशीला, सारनाथ, नालंदा, मोहेनजोदडो, हरप्पा, अजिंठा वगैरे भव्य इतिहास मंदिरांच्या कोनाकोपऱ्यांतून बाहेर पडत आहे. कलिंगच्या खरवेल राजाने तर आपली कारकीर्द हाथी गुंफेत खडकांवर कालानुक्रमाने खोदून ठेविली आहे. राजतरंगिणीत कल्हणाने काश्मिरी राजांचा काव्यप्रधान का होईना, इतिहास दिला आहे व महाभारताचा काल ठरविण्यात मोठमोठी डोकी गढून गेली आहेत. हिंदी संशोधनाला दुय्यम दर्जा देण्यात येत असला, तरी त्यांची कामगिरी लक्षात घेण्याजोगी आहे व भारताच्या इतिहासावर जर्मन संशोधकांचे श्रमही खर्च होत आहेत. पुढे-मागे भारताचा संपूर्ण इतिहास मिळणार नाही, असे कुणी म्हणावे?

६. सीतादेवीचे राज्ञीपद

'हिंदी चित्रपटांची राणी' या शब्दांत सिनेमातारका सीतादेवींना उल्लेखून संडे टाइम्सने एक विस्तृत मुलाखत प्रसिद्ध केली आहे. 'आशियाच्या प्रकाशात' गोपेची म्हणजे गौतम बुद्धांची पत्नी यशोधरा हिची भूमिका घेऊन सीतादेवी पुढे आल्या. त्या वेळी त्यांचे वय अवघे चौदा वर्षांचे होते व अजूनही त्या लहानच म्हणजे अठरा वर्षांच्या आहेत. या वयातही त्यांनी आंतरराष्ट्रीय दर्जा प्राप्त केला असून इंग्लंड, जर्मनी, पोलंड या देशांतून त्यांना निमंत्रणे येत आहेत. अल्पावधीत व अवघ्या आठ-दहा चित्रपटांतच काम केले असूनही, त्यांना नटीचे राज्ञीपद मिळाले आहे व सरला, कृष्णकांताचे मृत्युपत्र अगर शिराझ वगैरेंतील त्यांची कामे पाहून ते अयुक्त आहे असे कोण म्हणेल?

१६ जुलै, १९२९

✧

१. हिंदुस्थान व जर्मनी : धर्मबंधू

डॉ. तारकनाथ दास यांनी जर्मनीतील शिक्षणविषयक योगांवर एक लेख मॉडर्न रिव्ह्यूत लिहिला आहे. 'जर्मन लोक जगात सर्वांत सुशिक्षित, सुसंस्कृत, सुस्वभावी लोक आहेत' असे डॉक्टरसाहेबांचे म्हणणे आहे. गेल्या महायुद्धाच्या धुमश्चक्रीत इंग्रजांनी जर्मन लोकांविषयी ज्या भ्रामक, भयंकर गोष्टी पसरविल्या, त्या बऱ्याच लोकांच्या मनात मूळ धरून बसल्या आहेत व हिंदी विद्यार्थ्यांनी जर्मनीशी संबंध ठेवण्याच्या विरुद्ध ब्रिटिश सरकार असल्याने हिंदी जर्मन सख्य अद्यापि झालेले नाही. खरे म्हटले तर, भारताची संस्कृती, वाङ्मय, प्राचीन इतिहास सजीव ठेवण्यात इंग्रजांच्या दसपट जर्मनीचे श्रम कारणीभूत झाले आहेत व १५० वर्षे हिंदुस्थानच्या संपत्तीला गोचिडीप्रमाणे चिकटूनही हिंदी संस्कृतीपासून अलिप्त राहणाऱ्या इंग्रजांपेक्षा राजकीय संबंध नसणारे जर्मन हेच हिंदुस्थानाला अधिक जवळचे आहेत. डॉ. दास यांचा पूर्ण माहितीचा लेख वाचून तर आमचा हाच ग्रह दृढ झाला. शिवाय, जर्मन लोकांचे आतिथ्य, परकीयांशी वागण्याची शालीनता ही प्रसिद्ध असल्याने व हिंदी विद्यार्थ्यांना हरतऱ्हेने मदत करण्यास जर्मनीइतके जगात कोणीही तयार नसल्याने हिंदी विद्यार्थ्यांनी दिवसेंदिवस जर्मनीशी सख्य करणे व त्या देशाला धर्मबंधू समजून वागणेच इष्ट आहे. निदान धूर्त इंग्रजांच्या कल्पित भाकडकथांवर तर बिलकूल विश्वास ठेवता कामा नये.

२. भोग, त्याग आणि श्रीमंती

'भोग नाही तर त्याग नाही' असे उदगार प्रबुद्ध भारताच्या विद्वान संपादकांनी काढले आहेत. प्रथमत: आपणाला ते विचित्र वाटतील; पण कोणत्याही देशाचा इतिहास पाहिला, तरी त्या देशाला सौख्याचे दिवस आल्याखेरीज सांस्कृतिक व कलेच्या दृष्टीने त्याची प्रगती होत नाही, असेच आपणाला दिसेल. इतकेच नव्हे;

तर भोग व त्याग सापेक्ष आहेत असे म्हणणेही चुकी होणार नाही. प्रबुद्ध भारतकार म्हणतात, 'आपण अतिशय अकिंचन बनलो आहोत, सर्व भारतीयांना सुखी जीवन लाभलेच पाहिजे. त्यांना भरपूर मोबदला मिळेल अशा जागा, उत्साह व विधायक कृत्ये दाखविण्यास संधी ही मिळालीच पाहिजे. एवढेच नव्हे; तर काही चैनही मिळाली पाहिजे. भोग नाही तर त्याग नाही. म्हणूनच हिंदुस्थान देश श्रीमंत झाला पाहिजे.'

एका संन्याशाचे हे उद्‌गार आहेत.

३. जर्मन प्रेसिडेंटचा साधेपणा आणि...

जर्मनीचे भीष्म प्रेसिडेंट हिंडेनबर्ग याविषयी माहिती प्रसिद्ध झाली आहे. इतक्या वृद्धावस्थेतही प्रेसिडेंटसाहेब यांना जर्मनीने इतकी वर्षे अध्यक्षांचा मान दिला आहे. ते कम्युनिस्टांना जितके प्रिय आहेत, तितकेच राष्ट्रीला पंचाला हवेसे आहेत. त्यांच्या म्हातारपणामुळे डॉक्टर त्यांना फार थोडे तास काम करू देतात. तथापि, त्यांचा सल्ला सोन्याच्या मोलाचा वाटतो. या लोकप्रियतेचे रहस्य त्यांच्या साधेपणात अधिक आहे. त्यांच्या बंगल्याचे वर्णन गमतीदार आहे. देवडीवर एक शिपाई, छोट्याशा अंगणात दोन संत्री, व एक फडकणारे लोकसत्ताक ठिकाण ही एवढ्या समर्थ राष्ट्राच्या अध्यक्षांच्या निवासाची स्थिती. अध्यक्ष सामान्य इसमाप्रमाणे गावात फिरतात; पण विशेष थाटमाट काहीच नसतो. हे चित्र व इंग्लंडला फाटक्या तुमानीला ठिगळ लावून हिंडणारा साहेब इकडे येऊन एखादा हपीसर झाला, दैववशात त्याला कलेक्टरची जागा मिळाली की त्याची ऐट, डब, नोकर चाकर, थाटमाट, किती चालतो याचे चित्र पाहावे म्हणजे इंग्रज जळवेप्रमाणे हिंदुस्थानचे रक्त कसे शोषित आहेत, ते दिसून येईल.

४. पेन्शन आणि पांजरपोळ

आपल्याकडे 'सहस्ररश्मी नुकताच उगवला होता. पक्षी किलबिल शब्द करीत होते.' अशा लांबलचक अनावश्यक कायम ठशाने सुरुवात होऊन व वाचकांच्या सहनशीलतेची परीक्षा घेऊन 'अशा मंगल सुप्रभाती कनकसुंदरी लता डाव्या हाताच्या तळव्यावर गाल टेकून खिडकीवाटे खालील पोर्चकडे पाहत होती.' या शब्दांत कथेला प्रारंभ होतो. या कथारंभाला मदनमंजरी गोळ्यांच्या जाहिराती इतकाच वाचकवर्ग कंटाळलेला आहे. त्यांना 'मासाही नाही व मांसही नाही' या नरेंद्रनाथ गुप्तांच्या कथेचा प्रारंभ गमतीचा वाटेल–

'पेन्शन आणि पांजरपोळ ही एकाच जातीची आहेत. त्यात फरक एवढाच, की पहिला प्रकार द्विपाद प्राण्याच्या तर दुसरा प्रकार चतुष्पाद प्राण्याच्या सोयीसाठी आहे. सर्वच ज्ञातच्या जनावरांना पांजरपोळात प्रवेश मिळत नाही; तसेच सर्व बुढ्ढ्या आदमींना पेन्शन मिळते असे नाही. यादृष्टीने मी भाग्यवान आहे; कारण मी जिवंत आहे अशा शिफारशींवर मला दरमहा पेन्शन तरी मिळते!'

कोणीही पेन्शनदाराने हा उतारा वाचू नये, वाचलाच तर मनात ठेवू नये, ध्यानी राहिलाच तर आमच्यावर रागावू नये; कारण आम्ही डॉ. जॉन्सनसारखे पेन्शनदाराची व्याख्या ठरविणारे पंडित नाही.

२३ जुलै, १९२९

✧

१. प्रो. काजी

मुंबईच्या भौगोलिक संस्थेच्या उद्घाटन समारंभाचा आदेश देताना प्रो. काजी, एम. एल. यांनी पौराणिक गोष्टींचा निराळ्याच तऱ्हेने विचार केला आहे. त्यांच्या मते, हिंदूंची जगतोत्पत्तीची कल्पना कवीच्या वेडातून निघालेली नसून शास्त्रज्ञांच्या शोधातून निघालेली आहे. फक्त काव्याचे आवरण दूर केले म्हणजे झाले. लॅपलेस वगैरे शास्त्रज्ञांची मतेही या हिंदू कल्पनेशी जुळतात. प्रथमतः पृथ्वी म्हणजे प्रदीप्त अग्नीचा एक गोळा होता. नंतर हायड्रोस्पियर व वातावरण उत्पन्न झाले. तद्नंतर उष्ण पावसाचा वर्षाव झाला. या कल्पनेप्रमाणे, हिंदी अवतारांची कल्पना म्हणजे भटांचे थोतांड नसून मानवी उत्क्रांतीच्या अवस्थांची रूपके आहेत; त्याशिवाय इंद्राचा स्वर्ग म्हणजे काश्मीर, ब्रह्माचे वसतिस्थान म्हणजे पामीरचे पठार, शिवाय कैलास म्हणजे तिबेट व वैष्णवांचा वैकुंठ चीन तर नसेल ना, असेही प्रश्न काजी यांनी विचारले. मुसलमानी पंडित हे हिंदुस्थानच्या बाबतीत काजूच्या मोहल्याप्रमाणे नसून टरफलासारखे असतात असा अनुभव आहे; पण प्रो. काजी मात्र मोहल्यासारखे आहेत, ही आनंदाची गोष्ट नव्हे काय?

२. मिस मेयो

मिस मेयोचे कान उपटणाऱ्या सुज्ञ इंग्रजांत विल्सन कॉलेजचे प्रिं. मॅकेन्झी हेही एक आहेत, हे ऐकून त्यांच्या अनेक विद्यार्थ्यांना आनंद वाटेल. 'या मौजेखातर आलेल्या मटकीच्या शब्दांसाठी आपण खोळंबून बसलो होतो काय?' असा प्रोफेसर मजकुरांनी प्रश्न केला आहे. हिंदुस्थानच्या अनेक भागांत वैद्यकी करणारे इंग्रजी डॉक्टर त्यांना भेटले; पण एकाच्याही दृष्टीला मेयोने वर्णन केलेला प्रकार आला नाही. एखाद्या मोठ्या शहरात एखादी झाडूवाली गेली, तर आपल्या गुणधर्माप्रमाणे ती टोपलीभरच काय; पण गाडीभरही कचरा जमवू शकेल. मेयो हिंदुस्थानात आली

ती गटर उसपी म्हणून आली, भगिनी निवेदितेप्रमाणे देवता म्हणून आली नाही.

३. युरोपचे खरे स्वरूप

याविषयी प्रोफेसर म्हणतात, 'एखादा पौर्वात्य, नैतिक व शारीरिक घाण गोळा करण्याच्या हेतूने युरोपात आला व लोकसंख्येच्या दृष्टीने हिंदुस्थानशी सम असणाऱ्या प्रदेशात मॉस्कोपासून माद्रिदपर्यंत लांबी-रुंदीच्या पट्ट्याची त्याने पाहणी केली अशी कल्पना करा व त्याने साठविलेल्या माहितीच्या जोरावर हे युरोपचे खरे स्वरूप म्हणून आपले पुरावे मांडले, तर मेयोच्या चोपड्यापेक्षाही जाड चोपडे त्याला खरडता येणार नाही काय? पण अद्याप एकही भारतीय अशा उद्देशाने युरोपला गेलेला नाही अगर आपले लेखनचातुर्य अशा तऱ्हेने खचलेले नाही!'

४. पाठीमागून खुपसलेली कट्यार

यानंतर हिंदुस्थानची सेवा कशा तऱ्हेने केली पाहिजे याविषयी प्रोफेसर मॅकेन्झी म्हणतात, 'हिंदुस्थानात जाचणाऱ्या वाईट चालीरीती एखाद्या कुशल; पण निर्दय लेखकाकडून दूर होणार नाहीत, ज्यांच्या हाती त्यांना मदत करणारे सामर्थ्य आहे त्यांच्या स्वार्थत्यागानेच दूर होतील. कोणत्याही समाजाला मान देण्यात शिकल्याशिवाय त्याची खरी सेवा करता येणार नाही. मिस मेयोने दुर्लक्ष केलेले; पण शांतपणे काम करणारे व हिंदी समाजावर परिणाम करणारे अनेक समाजसुधारक आहेत.' प्रो. मॅकेन्झी मेयोविषयी म्हणतात, की इकडील लोकांना मेयोचे चोपडे म्हणजे पाठीमागून खुपसलेली कट्यारच वाटत आहे.

५. अंकल शॅम सौम्यच

मिस मेयोने हिंदुस्थानचा चावा घेतला आहे; पण तिच्या लाडक्या देशाची आतडी बाहेर काढणारे एक पुस्तक बॅ. गोवा यांनी प्रसिद्ध केले आहे. भारतमातेला अंकल शॅम शाळू हे छानदार उत्तर आहे. अद्यापि सर्व पुस्तक वाचलेले नाही; पण दिल्लीच्या सन्डे टाइम्सने घेतलेले उतारे, लेख व इतरत्र आलेली समीक्षणे वाचली आहेत. त्यावरून मेयोला खणखणीत उत्तर मिळाले आहे असे दिसते. मॉडर्न रिव्ह्यू वगैरे भारदस्त पत्रांच्या मते असे पुस्तक लिहिणे अयोग्य आहे; पण आघाताला प्रत्याघात या न्यायाने अमेरिकेला हे उत्तर देणे योग्यच नव्हे, तर आवश्यक होते. डॉ. टागोरांचा नुकताच झालेला अपमान, हिंदूंच्या नागरिकाविरुद्ध करण्यात आलेले

कायदे, परतंत्र राष्ट्राला मदत करण्याऐवजी तिने लावलेला इंग्लंडच्या हाताला हात व सरतेशेवटी भारतमाता या चोपड्याने सुरी भोसकून देवदासी या पुस्तकाने जखमेत मिरची टाकण्याचा केलेला अधमपणा हा विचारात घेता, अंकल शॅम हे सौम्यच उत्तर आहे.

३० जुलै, १९२९

१. साक्षरता प्रमाण

हिंदुस्थान इतर देशांच्या साक्षरतेच्या बाबतीत किती मागे आहे हे मागे एकदा दाखविलेच आहे. या खेपेला प्रत्यक्ष हिंदुस्थानातील प्रांतीय साक्षरतेचे प्रमाण पाहू :

प्रांत	प्रमाण
पंजाब	४.९
संयुक्त प्रांत	५.९
बिहार ओरिसा	५.७
मुंबई	७.३
मद्रास	९.२
बंगाल	९.७

हे ब्रिटिश हद्दीतील प्रांत आणि मीटिंग मगरीच्या मिठीत अडकलेली. आमची संस्थाने मनात आणल्यास किती प्रगती करू शकतात हे पाहण्यास नमुन्यादाखल दोन संस्थाने घेऊ –

बडोदा	२४.९
त्रावणकोर	२९.९

म्हणजे एकंदर हिंदुस्थानच्या सहापटीने त्रावणकोरसारख्या संस्थानची साक्षरता पडते! आकाशासारख्या बापाकडून हिंदुस्थानला सुशिक्षित करण्याचा मक्ता घेणाऱ्या माकप सरकारचा १५० वर्षांतला हा प्रताप.

२. दगडाच्या तोंडी जीभ

कलानिरीक्षण कसे करावे आणि सामान्य वाचकाला नीरस वाटणारा विषयही वाचनीयच नव्हे, तर मनोरंजक कसा करावा याचे उदाहरण ज्याला पाहावयाचे असेल, त्याने डॉ. बर्गनर या ऑस्ट्रेलियन मूर्तिकाराने टाइम्समध्ये सुरू केलेली हिंदुस्थानातील प्रतिमा परीक्षणे पाहावीत. गेल्या अंकी खोदकाम व लेखन यात सारखीच चतुरता दर्शविणाऱ्या या लेखकाने मुंबईच्या सर दिनेशा पेटिट यांच्या पुतळ्याचे निरीक्षण केले आहे. कवी हे दगडाचे तोंडी जीभ लावतात अगर शिलेतून अहल्या निर्माण करतात, असे म्हणतात. प्रस्तुत मूर्तिकाराने निर्जीव पुतळ्याला सजीव बनवून त्यांच्याकरवीच गुणदोषांचे विवेचन करविले आहे.

३. लिंडबर्गचे पावित्र्य

प्रसिद्ध विमानपटू लिंडबर्ग याची एक गोष्ट प्रसिद्ध झाली आहे. 'राष्ट्रीय वीर' म्हणून प्रसिद्धीला येण्यापूर्वी सहा महिने याला एका चलच्चित्रपट मंडळींकडून काम करण्याची विनंती करण्यात आली होती. हा चित्रपट फक्त वैमानिक संबंधाचाच होता. लिंडबर्गने आमंत्रण स्वीकारले; पण आगाऊ ५००० डॉलर्सची मागणी केली व शिवाय आपणाला प्रेमसंबंधांची, चुंबनरहस्याची अगर अशीच वात्रट भूमिका घ्यावी लागणार नाही असे वचन मागितले. कंपनीने ही अट नाकारली. लिंडबर्गनेही फिकीर केली नाही. पुढे सहाच महिन्यांनी लिंडबर्गचे नाव जगभर झाले. बिचाऱ्या कंपनीला हे भविष्य कळते तर? तिकडील नट पावित्र्यासाठी केवढा स्वार्थत्याग करतात, याचा हा एक नमुना आहे आणि आमच्याकडे?

४. तत्त्वज्ञान : खंजिराचे नि तिजोरीचे

भगतसिंग व बटुकेश्वर दत्त यांविषयी हिंदी लोकांत अतुल सहानुभूती उत्पन्न झाली आहे. सध्या तिकडे क्रांतिकारकांवर खटले भरण्यात येत असून, दडपशाहीचे निरनिराळे नमुदे दाखविण्यात येत आहेत. खंजिराच्या तत्त्वज्ञानाने हिंदुस्थान इंग्लंडची सहानुभूती गमावून बसेल अशा धमक्याही ऐकू येऊ लागल्या आहेत; पण तिजोरीचे तत्त्वज्ञान कसे उदय पावते, याविषयी बेंझिनीची उपपत्ती अशी आहे –

'ज्या वेळी देशभक्ती हा गुन्हा आहे अशी राज्यकर्त्यांची समजूत झालेली असते, देशभक्तीच्या अपराधासाठी देशभक्तांच्या जीविताचा होम करण्यात येतो व त्यांच्या मालमत्तेची राखरांगोळी उडविण्यात येते. ज्या वेळी स्वतंत्र विचारांच्या

व्यक्तीवर अखंडित व राक्षसी जुलूम करण्यात येतो, ज्या वेळी परकी अमलाच्या उद्दामपणाचा कळस होतो, ज्या वेळी बेशरम हिरांच्या सुळसुळाटाने लोक चिडून गजेलेले असतात, सर्व जनतेला ज्या सत्तेबद्दल तिटकारा वाटत आहे, अशा सत्तेच्या हातून होणाऱ्या अत्याचारांना न्यायदेवतेकडून योग्य ते शासन मिळत नाही, त्याच वेळी खंजिराचे तत्त्वज्ञान उपस्थित होत असते!'

६ ऑगस्ट, १९२९

१. महमदी मनोराज्ये

हिंदी स्वराज्याचा संभव जसजसा जवळ येऊ लागला आहे, तसतसा निरनिराळ्या जातींच्या विभागात भावी हक्कांचा वादही सुरू झाला आहे. मुसलमान सर्व हिंदुस्थान आपल्या ताब्यात घेऊन जुन्यापुराण्या दुकानात चार दमडीला लिलावात निघालेल्या बादशाहीची पुनर्स्थापना करण्याची महमदी मनोराज्ये रचित आहेत, तर जैन, महार वगैरे जाती निराळे गट करण्याच्या पंथांत असून धूर्त बिडालाच्या नजरेने स्वराज्याच्या खव्याकडे लक्ष देऊन राहिले आहेत. याला अँग्लो इंडियन अगर धेडगुजरी सायबही अपवाद नाहीत. कॅ. गिडणे यांनी मोठ्या मानभावीपणाने आपल्या भाईबंदांना उपदेश केला आहे 'काहीही झाले, तरी हिंदी लोक आपले बांधव आहेत व हिंदुस्थान आपले घर आहे. हिंदी लोक आपल्याकडे उपदेश व मदत यांची अपेक्षा करतात (?) आणि दया आणि सौजन्य यांशिवाय कोणत्या मार्गाने आपल्या बांधव नागरिकांत व आपल्यात सख्यत्व उत्पन्न होणार?'

२. नरमाईचा मासला

कर्नलसाहेबांचा मानभावीपणा अगर जंबूक व अजशिशू पद्धतीच्या प्रेमाचा उमाळा यांनी हुरळून जाण्याइतके हिंदी राजकारण कसे राहिलेले नाही, गावठी भाषेत सांगायचे तर, असल्या दांभिक वृत्तीचे ते बाप लागून राहिले आहे. त्यांच्या दयेची व सौजन्याची आम्हाला बिलकूल अपेक्षा नाही. दयेची, सौजन्याची अपेक्षा आपल्याकडून त्यांनीच केली पाहिजे आणि या इतोभ्रष्ट: ततोभ्रष्ट: लोकांकडून करावयाची नाही. आजवर हिंदी लोकांकडे आकाशातून पाहणाऱ्या मत्त लोकांच्या नरमाईचा हा मासला झाला.

३. गोवानीक्ष

पण खुद्द आमचेच बांधव असून स्वत्वाला विसरून, स्वाभिमान गमावून धड धर्म नाही, संस्कृती नाही, शिक्षण नाही अशा त्रिशंकूसारख्या असणाऱ्या गोंयबाबूंचे काय? या लोकांच्या बंद गुलामगिरीवर अँग्लो इंडियन खूश झाल्याचे जरी आजवर दाखवीत असले, तरी आपल्या सौजन्याने धड हिंदू नाहीत, ख्रिश्चन नाहीत, देशाचा ज्यांना अभिमान नाही अशा या वर्गाविषयी हलका हलका त्यांना तिरस्कार वाटू लागला आहे. डेली गॅझेट पत्रात 'अजॅक्स' या टोपणनावाने एका अँग्लो इंडियनने पुष्कळ खडे फोडले आहेत. त्यांच्याच शब्दात सांगावयाचे तर 'खुद्द युरोपियन लोकांना अँग्लो इंडियन लोकांविषयी एका बाजूने तिरस्कार वाटतो व दुसऱ्या बाजूने हिंदी लोकही त्यांचा धिक्कार करतात ही पुराणी कल्पना काही वर्षांपूर्वी बाहेर पडली आहे.' आणि अशा स्थितीत आपणाला अँग्लो इंडियन म्हणवून काही 'गोऑन अर्ध गोऑन' पूर्व बाजूकडील हिंदी, अर्धवट मराठे व मद्रासी सरकारी नोकरीत प्रविष्ट होतात, हिंदूंच्या संस्था सोडून अँग्लो इंडियनांत मिसळतात व त्यांच्या मागे लागतात आणि ख्रिश्चन धर्माच्या व्यापक तत्त्वाचा फाजील फायदा घेतात. तेव्हा सध्या त्यांनी (अँ.इं.) आपला मान राखून आपल्या समारंभांतून, मेजवान्यांतून दुसऱ्या हिंदी समाजातील लोकांना (thick skinned) दूरच ठेवले पाहिजे, गोवानीक्ष लोकांचे कान परस्परच उपटण्यात आले, हे ठीकच झाले. योग्य तो धडा ते अजून तरी घेतील काय?

४. अमेरिकन कुबेर

रॉकफेलर या अमेरिकन कुबेराचा ९०वा वाढदिवस अत्यंत साधेपणाने नुकताच साजरा झाला. धनाप्रमाणे आयुर्धनाचीही त्यांना देणगी मिळाली आहे. या कुबेराची संपत्ती २५ ते ३० कोटींपर्यंत पोहोचलेली आहे व १५ कोटी पौंडांचा दानधर्म करून त्याने कर्णाचीही बरोबरी केली आहे. हा दानधर्म एकाच राष्ट्रात झालेला नसून जगातील बहुतेक देशांतून झालेला आहे. इतक्या दानानेही रॉकफेलरची संपत्ती कमी झाली नसून गेल्या ८/१० वर्षांत सारखी वाढतच आहे. अमेरिका देशातील ५६ मजली इमारती जितक्या आश्चर्यकारक आहेत, तितक्याच त्यातील कुबेराच्या तिजोऱ्याही आहेत. हिंदुस्थान हा गांधी व ताजमहाल यांचा देश असला, तरी अमेरिका कुबेर आणि कर्ज यांचा आहे.

१३ ऑगस्ट, १९२९

१. आणि पैगंबर बरे झाले

कुराणात सुरतुल्-फलक् नावाचा ११३वा अध्याय आहे. त्यात अभावातून अस्तित्व अगर अंधारातून प्रकाश स्फुटित होतो, तशीच रात्रीतून सकाळ परमेश्वर उत्पन्न करतो, या भावनेने रचलेली पाच आयतांची एक प्रार्थना आहे. तीतील पैगंबरासंबंधी एक गोष्ट मोठी रहस्यमय आहे.

लुवैद नावाच्या यहुद्याने एका चेटकिणीच्या साह्याने एका गंड्यावर मंत्र पडून ११ गाठी मारून ते चेटक एका विहिरीत दगडाखाली दाबून ठेवले. या चेटकाने पैगंबराची प्रकृती बिघडून ते आजारी झाले. पुढे ही गोष्ट त्यांच्या लक्षात आणताच, जावयाकडून ते चेटक आणवले व उपरोल्लेखित सुरतुन्नास असा अकरा आयतांचा अध्याय ते वाचू लागले. एकेका आयताबरोबर एकेक गाठ सुटली आणि पैगंबर बरे झाले.

२. मानवी हक्कांची जपणूक

एखादे राष्ट्र दुसऱ्या राष्ट्राला जेव्हा पारतंत्र्यांत डांबून ठेवते व त्याला पिळून सैतानी आवेशाने त्यांचे रक्त घटाघटा पीत असते, तेव्हा लुबैद बिन आसाप्रमाणेच चेटकिणीच्या साहाय्याने त्याचा प्राण घेण्याचा प्रयत्न करते. या चेटकाच्याही ११ गाठी गुंतवलेल्या असतात. धर्मप्रसार अगर व्यापाराच्या मिषाने प्रवेश करण्यापासून अंतःस्थ कारभारात हात, मंत्रीचे सोंग, अधिकार, स्वाभिमानाची खच्ची, राष्ट्रीय व सामाजिक अनिष्ट चालींना उत्तेजन, जागृती दिसताच दडपशाही, 'फोडा व झोडा'चा अंगीकार, जुलूम व जबरदस्ती, लष्करी अंमल, सर्वस्वापहरण अशा एकावर एक घट्ट गाठी बांधीत लुबैदाप्रमाणेच कायमच्या गुलामगिरीची अकरावी गाठ बांधून त्या राष्ट्राला विजयी राष्ट्र अखंडदास्याच्या विहिरीत दडपशाहीच्या दडपणाखाली दडपून ठेवते व दास राष्ट्राचा

पैगंबर म्हणजे स्वातंत्र्याचा आत्मा मरणास टेकतो. अशा वेळी कौणिक पैगंबराप्रमाणे जित राष्ट्राने जर सुरतुल् फलक् अगर उषास्तोत्र व सुरतुन्नास म्हणजे मानवी हक्कांचे प्रकरण जपण्यास सुरुवात केली नाही, तर ते राष्ट्र लयाला जाते.

३. अधोगतीच्या जाणिवेतूनच मुक्ती

दास्यात डांबण्याच्या अशा अकरा गाठी असतात, तसेच सुटण्याचे अकरा तोडगे असतात. एकेका तोडग्याबरोबर एकेक गाठ सुटते व शेवटी, राष्ट्र पूर्णपणे स्वतंत्र होते. अधोगतीच्या जाणिवेने या सरगाठीच्या मुक्ततेला सुरुवात होते व जाणिवेचा प्रचार, लोकजागृती, मनधरणी, जुलूम सहन करण्याची तयारी, सुधारणांचा अंगीकार, निःशस्त्र प्रतिकार, गुप्त कट, दडपशाहीला बलिदान, दडपशाहीला उपटशाहीचे उत्तर व शेवटी स्वातंत्र्ययुद्ध अशा तऱ्हेने एकेक गाठ सुटत राष्ट्र स्वतंत्र होते.

४. खरे सौंदर्य

मद्रासच्या 'आनंद' या थिऑसफिस्ट मासिकात के. वरदाचारी यांनी सौंदर्याचा अर्थ देण्याचा प्रयत्न केला आहे. त्यांच्या मते, सौंदर्य म्हणजे एखाद्या विषयाशी आपली सहानुभूती असते, तोपर्यंतच तो विषय आपणाला सुंदर असा वाटतो. आपणाला परके असेल व जीवनाच्या अंतर्मनाचे आविष्करण ज्यामुळे होत नसेल, ते कुरूप होय. आंतरिक निसर्गाच्या आवाहनाला होय म्हणून उत्तर देणारी, आविष्करणाच्या बाह्य जगातील गोष्ट म्हणजे सौंदर्य होय. सौख्याच्या भावनांनाच प्रस्फुटित करण्याच्या मर्यादेत घुटमळणारे सौंदर्य खरे सौंदर्य नव्हे, तर आंतरिक हृदयोर्मींचाही त्यात समावेश झाला पाहिजे.

५. सौंदर्य आणि सहानुभूती

मनोविकार सौंदर्याचा आत्मा नव्हे. सौंदर्यग्राहकता मनोविकारांशी जुळती असली, तरी ती अधिक आध्यात्मिक, निरतिशय आनंदाची संवेदना व उपभोग्याशी झालेली एकाग्रता असते. थोडक्यात सांगावयाचे तर, सौंदर्य अशाच शक्तीत असते की जिच्यामुळे एखादा विषय बाह्यात्कारी कुरूप अगर तिरस्करणीय, भयंकर अगर उन्मादक, भयप्रद अगर सामान्य प्रमाणाप्रमाणे सौख्यद नसला, तरी त्याच्याशी सहानुभूती उत्पन्न झाली पाहिजे.

२० ऑगस्ट, १९२९

✧

१. जीवदयेचा प्रकाश

'केसरी'त पुढील बातमी प्रसिद्ध झाली आहे- एक मोठी जत्रा भरते. गेल्या जत्रेदिवशी या ठिकाणी नेहमी बली देण्यात येणारे रेडे अगर बकरे बळी देण्यात आले नाहीत, याचे श्रेय गदरा हुबळीच्या जीवदयासंघाकडे जाते. तिकडच्या देवतांना भक्तांना जीवदयेचे महत्त्व समजू लागले; पण सावंतवाडी संस्थानात पाल गावी देवीपुढे रेड्याची आतडी तोडण्यात येतात त्याचे काय? पालकर मंडळींच्या मस्तकात जीवदयेचा काही प्रकाश पडणार की त्यांची भक्ती रेड्यांच्या रक्तात खुपसून बसणार?

२. क्रांती व पाच पांघरुणे

हिंदी नवयुगावरून 'आनंद'ने एक उतारा घेतला आहे. हिंदुस्थानात क्रांती होत नाही याबद्दल लेखकाने पाच कारणे दिली आहेत. ती म्हणजे – समाजाची संतुलता, दैववाद, जन्मजातिव्यवस्था, मायावाद व अवतारवाद ही होत. यांपैकी एकही क्रांतीला घुसमडून टाकण्यास पुरे आहे. मग क्रांतीला एवढ्या पाच पांघरुणांत गुंडाळून टाकले, तर ती जिवंत राहणे हेच आश्चर्याचे होय!

३. नाकात वेसण कोण घालणार?

श्री. ब्रेलवी, अध्यक्ष मुसलमानी काँग्रेस पक्ष मुंबई यांनी बड्या भाईंविषयी खालील उद्‌गार काढले आहेत– 'मौलाना शौकतअल्लीइतकी करुणाजनक व्यक्ती या देशाच्या सार्वजनिक कार्यात दुसरी कोणी नाही. जातिनिष्ठा ही कट्ट्या देशभक्तांच्या मानसिक विचारात केवढा गोंधळ घालू शकते हे त्यांची सद्यःची दैनाच दाखवीत आहे.' सोनाराने कान टोचले, नव्हे नाक टोचले खरे; पण उच्छृंखल पुढाऱ्यांच्या

नाकात वेसण कोण घालणार?

४. सरोजिनी उवाच

श्री. महादेव देसाई यांनी सरोजिनी नायडूंच्या अमेरिकेतील परिभ्रमणाच्या अनेक गमती यंग इंडियात दिल्या आहेत. बर्लिनला आंतरराष्ट्रीय स्त्री परिषद भरली असता देवी सरोजिनी 'हिंदी प्रतिनिधी' म्हणून गेल्या होत्या. शांततेविषयी बोला म्हणून सांगितले असता सरोजिनी म्हणाल्या, जोपर्यंत श्रीमंत गरिबांवर, सशक्त राष्ट्रे जित राष्ट्रावर जुलूम करीत आहेत, तोपर्यंत शांतता नांदणे केवळ अशक्य आहे. परिषदेला ४२ राष्ट्रांच्या प्रतिनिधी स्त्रिया हजर होत्या. पैकी ४१ स्वतंत्र राष्ट्रांच्या असून फक्त सरोजिनी तेवढ्या गुलाम राष्ट्राच्या होत्या.

५. युनियन जॅक? नव्हे तिरंगा आमुचा

सभासद स्त्रियांनी आपापल्या राष्ट्रांची निशाणे घ्यावयाची होती. हिंदुस्थानने कोणते निशाण घ्यावयाचे? 'युनियन जॅक' असे उत्तर आले. 'अशक्य!' देवी सरोजिनी उद्‌गारल्या– 'आम्ही आमचेच निशाण घेणार. इथे नसले तर तयार करणार!' एवढे म्हणून त्यांनी व बरोबरच्या स्त्रियांनी आपापल्या साडीचे तुकडे फाडून हिरवा, पांढरा, लाल यांनी युक्त असे राष्ट्रीय निशाण बनविले, कमलादेवींनी ते शिवून टाकले. हिंदुस्थानचे राष्ट्रीय निशाण बर्लिनला फडकू लागले. इंग्लिश स्त्रिया आ-वासून बघू लागल्या. सरोजिनी म्हणाल्या, 'युनिअन जॅक आमच्या राष्ट्राचे निशाण नाही!'

ही गोष्ट प्राथमिक शाळेत मुलामुलींच्या पुस्तकात देण्याजोगी नाही, असे गोऱ्या नोकरशाहीशिवाय कोण म्हणेल?

६. कलेचा इष्ट परिणाम कसा होणार?

डॉ. कार्ल बर्गनर या कलाटीकाकाराविषयी मागे एकदा उल्लेख आलाच आहे. त्यांच्या मूर्तिपरीक्षणाचा दुसरा हप्ता सन्डे टाइम्समध्ये नुकताच आला आहे. मुंबईच्या कॉर्पोरेशनपुढे उंच बैठकीवर झगा घातलेला व व्याख्यान देण्याच्या ढबीत असलेला फेरोझशहा मेहतांचा पुतळा उभारला आहे. ही पुतळ्याची बैठक अमेरिकन धुराड्यासारखी व कॉर्पोरेशनची शिल्पकला हिंदी यांमुळे मात्र त्याला वैचित्र्य प्राप्त झाले आहे. त्यांच्या पाठीवर झडपीप्रमाणे बसवलेला झगा नसता तर हाच पुतळा चांगला

दिसता. धुराड्यासारखी बैठक, सतत हात वर करून उभे राहण्याची दिलेली शिक्षा, बजबजपुरीची जागा यामुळे पुतळ्याचा काहीच परिणाम होत नाही. मूर्तिकार मूर्ती करतो; मक्तेदार आपल्या मताप्रमाणे बैठक बांधतो, म्युनिसिपालिटी आपल्या सोयीप्रमाणे जागा पुरवते, कोणाचा कोणी विचार घेत नाही. त्यांची भेट व्हावयाची उद्घाटनसमारंभाच्या टाळ्या पिटताना व परस्पर प्रशंसेच्या वेळी; मग कलेचा इष्ट परिणाम कसा होणार?

२७ ऑगस्ट, १९२९

✧

१. जड जगापलीकडे...

मद्रासच्या 'स्त्रीधर्म' मासिकाच्या संपादिकेला दिलेल्या मुलाखतीत सरोजिनी नायडू यांनी अमेरिकन लोकांविषयी खालील उद्‌गार काढले आहेत–

'त्या अफाट देशात संपत्तीच्या व्ययांतील रोमान्स, साहसे माझ्या पाहण्यात आले. पैसा कुणीही मिळवतो; पण नंतर तो सुज्ञपणे व उदारतेने खर्चणे यातच 'नव्या जगा'चा महत्तम रोमान्स आहे! जगाच्या इतिहासात अमेरिकेप्रमाणे कोणत्याही राष्ट्राने असाधारण, कल्पनारम्य नव्हे, विचित्र उदारतेचे उदाहरण दाखविलेले नाही... अमेरिका 'दामाजी'ची भक्त आहे असे मला आढळले नाही. या जड जगापलीकडे काहीतरी शोधून काढण्यात ती व्यग्र झाली आहे. मला निरनिराळ्या तऱ्हेचे लोक भेटत; पण सर्व वेळी मला असेच आढळून आले की, पैसा एके पैसा हाच पाढा ते जपत नसून या जड जगापलीकडे असणाऱ्या वैभवशाली अशा कोणत्यातरी दृश्याच्या मागे ते आहेत.'

२. विजयी राष्ट्र व लांडगा

कोरिआच्या करुण कहाणीविषयी लिहिताना प्रो. घोष यांनी मॉडर्न रिव्ह्यूत पिंग बांगच्या किल नावाच्या एका गावकऱ्यावर झालेल्या खटल्याची हकिकत दिली आहे. हा सिगारेट्सविरुद्ध लोकांना उपदेश करी. जपान सरकारला त्याला तुरुंगात डांबावयाचे होते. अर्थात, कोंकरांच्या पोराशी 'तू नाही तुझा बाप' पद्धतीची तर्कपद्धती लढवून लांडग्याने चट्टामट्टा उडवला, तद्वतच जपाननेही त्याला राजद्रोहाच्या आरोपावर सैतानाचा आश्रम दाखविला. खटल्याची तर्कपद्धती अशी होती–

(१) पॅस्टर किल हा सिगारेटविरुद्ध उपदेश करतो.

(२) सिगारेटचा कारखानदार हा सरकारी मक्तेदार आहे.

(३) अर्थात, सिगारेटविरुद्ध बोलणे हे संस्थेविरुद्ध बोलण्यासारखे आहे.

(४) सरकारी संस्थेविरुद्ध बोलणे म्हणजे सरकारविरुद्ध बोलण्यासारखे आहे.

(५) सरकारविरुद्ध चळवळ करणे हा राजद्रोह आहे.

सिद्धान्त – अर्थात, पॅस्टर किल हा राजद्रोहाच्या आरोपाखाली गुन्हेगार आहे.

ही तर्कपद्धती व ब्रिटिश नोकरशाहीची दारू दुकानापुढील पिकेटिंग बाबतची तर्कपद्धती एकच आहे. विजयी राष्ट्र लांडग्यासारखे असते. मग ते पाश्चिमात्य असो, वा पौर्वात्य असो, हीच गोष्ट यावरून दिसत नाही काय?

३ सप्टेंबर, १९२९

१. विहंगम राज्ये

देशांतर करणाऱ्या पक्ष्यांच्या संरक्षणासाठी एक योजना युनायटेड स्टेट्सने केली आहे. 'न्यू इंडिया'चा बातमीदार म्हणतो की, अगदी प्रथमच झालेला हा उपक्रम आहे. या विषयावर गेली बारा वर्षे खल चालला होता. शेवटी, एक कमिटी निवडण्यात येऊन कॅनडा प्रांताशी या बाबतीत तहही करण्यात येणार आहे. पक्ष्यांसाठी एकंदर २२५ आश्रम सर्व संस्थानांत बांधण्यात येणार असून प्रथम वर्षी ७५००० डॉलर्स, द्वितीय वर्षी ६००००० डॉलर्स असा खर्च होणार असून पुढे सात वर्षे प्रतिवर्ष १०००००० डॉलर्स खर्च करण्यात येणार आहे. अमेरिकन पक्षिसंख्या गणकांनी (Bird-censors) एकंदर पक्ष्यांची संख्या ४५००००००० असल्याची गणना केली आहे. या आश्रमात शिकारी लोकांना बंदी करण्यात येणार असून एका परीने ही १२५ विहंगम राज्येच होणार आहेत.

२. किडेभक्षकांचे संरक्षण

हे वेड जैन धर्मामुळे अमेरिकेत पसरले नसून, अर्थशास्त्रज्ञांनी व पशुशास्त्रज्ञांनी कृषी व इतर वन्य फलादि संपत्ती यांवरील पक्ष्यांचा इष्ट परिणाम पाहूनच ही योजना केली आहे. आमच्या सरकारनेही कावळे, गिधाडे या व मुख्यत: किडेभक्षक चिमण्या व इतर पाखरे यांच्या संरक्षणासाठी कायदा व योजना करणे आवश्यक आहे. युरोपियन लोकांच्या विषयवासनेला फिरून इंद्रियशक्ती मिळावी या उपयोगासाठी हिंदुस्थानातून प्रत्यही हजारो माकडे नेली जात आहेत. वानर व माकडे यांच्यामुळे वृक्षांना पाड अतिशय येतो असा अनुभव अनुभवी बागवानांचा आहे. सरकार या बाबतीत काही करील काय?

३. ओरँग व माणूस

'अमृत बझार' पत्रिकेच्या बातमीदाराने त्या पत्राकडे अलिपूर झू-प्राणिसंग्रहालयातील आपला मजेदार अनुभव पाठविला आहे. हा बातमीदार फिरत फिरत ओरँग औटँगच्या तिपंजऱ्याकडे आला. ओरँगसाहेब व मिसेस ओरँग बरीच खुशीत होती व प्रेक्षक मंडळींकडून आलेल्या केळी वगैरे नजराण्याचा मधूनमधून स्वीकार करीत होती. इतक्यात, एका बिहारी गृहस्थाने एक सिगार शिलगावून अर्धीअधिक ओढली व ओरँगबुवांच्या पुढे टाकली. हे महाशयही मानवप्राणी तोंडातून धूर कसा काढतो हे पाहत होतीच. त्याने चट्कन ती सिगार उचलली व ओढून नाकातून धूर काढण्याचा प्रथम प्रयोग केला. तो आवडून त्याने एकामागून एक झुरके घेऊन ती सिगार भस्मीभूत केली. इतका वेळ सौ. ओरँग तोंड वासून हा चमत्कार पाहत होती. एका विद्यार्थ्याने तिलाही एक सिगार शिलगावून दिली व ती ओढून आपणाला धूम्रपान करता येते या ऐटीने ती श्री. ओरँगकडे पाहू लागली. ओरँगसाहेबांनी भिक्षांदेही करून एक सिगार पटकावली व हा जोडा मानवप्राण्याच्या जवळच प्राणिसृष्टीत आपले स्थान आहे, हे उदाहरणाने सांगू लागला.

४. कुंटणखाने

मुंबई कौन्सिलात सय्यद मुनावर यांच्या मुंबईतील कुंटणखान्याविषयीच्या प्रश्नाला हॉटसन साहेबांकडून जी उत्तरे आली, त्यांवरून असे दिसते की, (१) वेश्याव्यवसाय प्रतिबंधक कायद्यान्वये त्याच्या जन्मापासून गुन्हेगारांवर २८ फेब्रुवारीपर्यंत ३२३ खटले भरण्यात येऊन शिक्षा देण्यात आली. (२) सद्य: कायद्याप्रमाणे कुंटणखाने चालविणे हा गुन्हा होत नाही; परंतु वेश्याव्यवसायावर पोट भरणाऱ्या लोकांबाबतच्या कायद्याच्या पाचव्या कालमान्वये १५ आरोपींना शिक्षा झाली. (३) सद्य: कायद्याप्रमाणे कुंटणखाना बंद करण्याची पोलिसांना सत्ता नाही; परंतु वेश्याप्रतिबंधक चळवळीचा परिणाम म्हणून असे सांगता येईल, की १९२७ साली असणाऱ्या कुंटणखान्यांची ६८१ संख्या सध्या ४९३वर उतरली आहे.

५. 'वासंती' : काव्योपवन

नुकतेच 'वासंती' हे अरुणवयातील विद्यार्थ्यांसाठी म्हणून पुस्तक प्रसिद्ध करण्यात आले आहे. आतील काव्योपवनाइतकेच प्रल्हाद केशवांनी घडविलेले प्रस्तावनेचे महाद्वार रमणीय आहे. कवितांच्या निवडीत अधिक दक्षता असती तर बरे

झाले असते. या पुस्तकाप्रमाणेच; पण सचित्र असे किशोरावस्थेतील वाचकांसाठी एखादे सुंदर पुस्तक कोणी प्रसिद्ध करील काय? 'दिव्या दिव्या दीपत्कार' अगर 'चांदोबा चांदोबा भागलास का?' अशी तान्ही गाणी 'शुभंकरोति कल्याणम्'सारख्या सुटसुटीत प्रार्थना अगर तांबे, लिमये, यशोद यांच्या कविता यांनी हे पुस्तक नटविता येईल व 'सुतार उत्तमसा' या रडक्या गाण्यांत पाळण्याचा इतिहास मुलांच्या मस्तकात कोंबण्याचा शिक्षकांचा त्रासही वाचेल.

१७ सप्टेंबर, १९२९

✧

१. विषयासक्ती

'या मुसलमानी देशांना मान नाही, निर्दयता आणि क्रूरता ही त्यांच्या अंगी खिळलेली आहे. खून, दरोडे, असभ्य आचार हे सर्वसाधारण आहेत. घरात अश्लील भाषा सर्रास सुरू असते, नैतिक आचरण अगदीच शिथिल आहे. ख्रिश्चन धर्मातील प्रेमाचे उदास तत्त्व या मुस्लीम समाजापासून फार दूर आहे. विषयासक्त जीवन म्हणजे, त्यांना धर्माचीच बाब होऊन बसली आहे. त्या देशात मुसलमानी वातावरण म्हणजे अशाच विषयासक्तीने भरले आहे. शेख-अल्-इस्लामने मान्यता दिलेल्या एका ग्रंथात पुढील आज्ञा आहे– ज्याला सामर्थ्य असेल त्या पुरुषाने पाहिजे तेवढी अंगवस्त्रे ठेवावी. लग्न मात्र चारच (?) बायकांशी करावे. लग्न म्हणजे स्त्रीच्या उपभोगाचा करार होय हे व असेच उद्‌गार चौदा वर्षे हिंदीतर मुसलमानी देशात घालविलेल्या टर्की, अरबी, पर्शियन भाषांच्या एका अभ्यासकाने काढले आहेत. हा एशिया मायनारमधील एका कॉलेजात टर्कीश वाङ्मयाचा प्रोफेसर होता. सद्य: तो अथेन्सच्या धर्मसंस्थेत आचार्य असून त्याचे नाव एल. लेव्होनियन आहे.

२. अधोगती

या पुस्तकाचे नाव 'ए बुक ऑन नॉन-इंडियन मॉस्लेम (Muslim) मेन्टॅलिटी' असे असून मॉडर्न रिव्ह्यूच्या 'पोलिटिक्स'ने केलेल्या ग्रंथसमीक्षणावरून वरील माहिती घेतली आहे. हिंदुस्थानातील मुसलमानांचे अललल डुर्र पुढारी धार्मिक संस्कृतीच्या, भारताच्या मुसलमानीकरणाच्या सवंग बाता जरी सोशीत असले, तरी हजारो वर्षे इमामच्या आज्ञेत असणाऱ्या मुसलमानी देशाची किती अधोगती झाली आहे व त्याची जाणीव खुद्द टर्की व इजिप्त यांना होऊन त्यांनी धर्माचा गळफास सोडून टाकून पाश्चिमात्यीकरणाचा नवा आखाडा कसा स्थापन केला, हे ज्यांना पाहावयाचे असेल त्यांनी हा ग्रंथ अवश्य वाचून पाहावा व मुसलमानी धर्माच्या,

संस्कृतीच्या लंब्याचौड्या गप्पा मारून राष्ट्राला अधोगतीला नेणाऱ्या पुढाऱ्यांनी तर तो कोळून प्यावा, अशी नम्र सूचना आहे.

३. खरा धर्माचार

बुद्ध धर्माचा प्रसार युरोप-अमेरिकेत दिवसेंदिवस वाढत्या प्रमाणात आहे; पण त्यामुळे ख्रिश्चन धर्माची आग मस्तकात चढली असून असला एक आततायी प्रकार होनालुलुला घडून आला. शिक्षणसुधारणेवर विचार करण्याच्या हेतून रे. हेन्री जड यांनी आपल्या घरी सर्व पक्षांच्या व धर्मांच्या उपदेशकांना अल्पाहाराला बोलविले होते. त्यात रेव्ह. हंट हे बुद्ध भिक्षूही आले होते. त्यांना पाहताच, बिशप स्टीफन आलेन्कारटी हा कॅथॉलिक पाद्री एकदम उभा राहिला व म्हणाला 'मला प्रॉटेस्टन्ट उपदेशकसुद्धा चालतील; पण मी सर्व बुद्धधर्मीयांचा द्वेष करतो बस्स! आजच्या पंगतीला बुद्ध भिक्षू बसणार असले तर मी आपला चालता होतो.' या त्याच्या भाषणाला प्रॉटेस्टन्ट उपदेशक डीन हंट यानेही दुजोरा दिला व दोघेही हातात हात घालून जाऊ लागले. इतक्यात बुद्ध भिक्षू रेव्ह. हंट हेच स्वत: उठून बाहेर आले व जर आपल्यामुळे असंतोष माजत असेल तर आपणच जातो असे सांगून निघून गेले. ते गेल्यावर वरील ख्रिस्ती भटांच्या दुकलीने बेशरमपणे खाद्यावर ताव मारला.

४. पूर्णत्वाला पोहोचलेला मनुष्यदेह

चार्ल्स बी. रॉय या अमेरिकन लेखकाने 'फिजिकल कल्चर' या मासिकात हिंदी दंड-बैठकांवर लेख लिहिला आहे. या लेखकाला भारतपर्यटित असा त्याचा एक मित्र लिहितो, 'इकडे मनुष्याचा देह कशा तऱ्हेचा असतो हे तू पाहिलेच पाहिजे होतेस. मलासुद्धा किती आश्चर्य वाटले म्हणून सांगू? हिंदुस्थान हा दुर्बलांचा देश असेल असे मला वाटत होते; परंतु आजपर्यंत कधीही न पाहिलेले मानवी देहाचे अचाट नुमने इथे दिसले. खरे म्हटले तर, इकडील काही लोक आपल्याकडील दोघादोघांना भारी आहेत. आपल्याकडील बळकट मनुष्यांतही न दिसणारा स्नायूंचा बांधीवपणा इकडे दिसून येतो. त्यांचे स्नायू फारच सुंदरपणे घटीव झालेले असतात आणि प्राचीन ग्रीकांच्या स्नायूंप्रमाणे त्यांवर मेदयुक्त त्वचा असते. मी खरे सांगू? मनुष्याचा देह इथे पूर्णत्वाला पोहोचला आहे.'

५. व्यायामाचे महत्त्व

तो म्हणतो, या चमत्काराचे सर्व रहस्य हिंदी दंड-बैठकांच्या व्यायामात साठविले आहे. या व्यायामाने पाठीचे व इतर सर्व स्नायूंचे भाग दृढ होतात. या व्यायामाने मनुष्याचे शरीर केवळ दिखाऊ न राहता आतून भरत येते व जीवनशक्ती वाढते.

२४ सप्टेंबर, १९२९

१. डोंगर पोखरून...

कांचनगंगेवर आक्रमक पथक गेल्यापासून त्याच विचित्र गोष्टींचे खाद्य खळबळ्या वर्तमानपत्रांना मिळाले होते. हिमालयाच्या या उत्तुंग शिखरावर माणसाच्या पावलांसारखी; पण भव्य आकाराची काही पदचिन्हे पाहून या मंडळींना विस्मय वाटला व तो वृत्तान्त त्यांनी वर्तमानपत्राकडे पाठविला. पण 'ता'वरून ताकभात खाणाऱ्या त्यांनी या पदचिन्हांचा पंकिल माणूस बनवून, मोठमोठ्या अद्‌भुतरम्य कथा त्यावर रचल्या. पण आता असे प्रसिद्ध झाले आहे की, ती पावले केवळ हिमालयात असणाऱ्या अस्वलांची होती. एकूण डोंगर पोखरून अस्वलेच बाहेर पडली!

२. प्रबुद्धता

मद्रासच्या आनंदात गंधेकरांचा एक छोटाच; पण सुंदर लेख आला आहे. व्युत्पन्नतेविषयी ते म्हणतात, 'थोरपणा जाणण्याला अंगी थोरपणा असावा लागतो. त्याचप्रमाणे सुसंस्कृतीची जाणीव होण्याला अंगी थोडीबहुत तरी संस्कारक्षमता असणे जरुरी आहे. जीवनातील वरिष्ठ नियमांनी जितक्या प्रमाणात आपल्यात चालना उत्पन्न करावी, तितक्या प्रमाणात आपण संस्कृती जाणू शकतो. अचलित माणसांत प्रबुद्धता असत नाही.

३. व्युत्पन्न मनुष्य

प्रबुद्धता आनंद आहे. आनंदी मनुष्य मंडळींत प्रवेशताच विषयाचा रोख बदलतो. त्याचप्रमाणे, व्युत्पन्न मनुष्य कमी-जास्त प्रमाणाने भोवतालच्या परिस्थितीत फरक करू शकतो. व्युत्पन्न मनुष्य कधीही मागे पडू शकत नाही. प्रबुद्धता ही उत्क्रांती व क्रांती घडवून आणते.

४. थॉमस मॅन

या वर्षी वाङ्मयाबद्दलचे नोबेल पारितोषिक सुप्रसिद्ध जर्मन उपन्यासकार थॉमस मॅन यांना मिळाले. या लेखकाचा जन्म १८७५च्या ६ जूनला झाला. त्याच्या ग्रंथांपैकी ट्रिस्टीन, व्हेनिसमधील मृत्यू, मोहाचा पर्वत हे जगद्‌विख्यात ग्रंथ आहेत. ते प्रसिद्ध निबंधकारही आहेत.

५. वुलवर्थ

अमेरिकेच्या गगनचुंबी इमारतींपैकी वुलवर्थ ही इमारत ५५ मजल्यांची आहे. १९२५पर्यंत जगातील सर्व उंच इमारतींची ही राणी होती. १९१० ते १३पर्यंत तिचे काम चालले होते. भूमिस्थित खडकांच्या थरापर्यंत, म्हणजे १३० फूट केवळ तिचा पाया आहे. त्यालाच १०००००० डॉलर्स खर्च आला. इमारतीवर ८०००००० खर्च झाला व जमीन घेण्यास ४५००००० डॉलर्स लागले. या इमारतीच्या वरच्या मजल्यांवरील प्रकाश समुद्रातून ९०० मैलांवरून दिसतो!

६. आकाशगामी इमारती

अमेरिकेतील दुसरी नभस्पर्शी इमारत म्युनिसिपालिटीची होय. तिची उंची ५८० फूट आहे. या इमारतीत नगसभेच्या ६००० कामकऱ्यांच्या कुटुंबांची सोय केली आहे. या इमारतीचे काम १९०८ ते १४पर्यंत चालले होते. हिचा पाया बांधण्यास २०००००० डॉलर्स खर्च झाला. भूमीतील खडकांतील थरांत ११६ वाळूमय खांब गुरून त्यानर ही इमारत उभारली आहे. रस्त्यापासून २६० फूट व समुद्रसपाटीपासून २३९ फूट खोल हा पाया आहे. ११-१२ मजले असणारे 'स्कायस्क्रॅपर्स' एकट्या मॅनहॅटन द्वीपातच ११०० आहेत. नुकतीच कलकत्त्याला एक ११ मजली इमारत बांधण्यात आली आहे. हिंदुस्थानात तीच एक आकाशगामी इमारत आहे.

७. गीते व गरबा

हिंदू महासभेच्या बैठकीला मॉडर्न रिव्ह्यूचे संपादक रामानंद चतर्जी, डॉ. कालिपास नाम व सुनीतिकुमार चॅतर्जी वगैरे मंडळी सुरतेला गेली असता, त्यांना गुजराती स्त्रियांचा राष्ट्रीय नाच जो गरबा तो दाखविण्यात आला. तो पाहून ती मंडळी इतकी आनंदित झाली की, रामानंदांनी आपल्या मासिकासाठी गुजराती विख्यात

चित्रकार श्री. हेवाई यांच्याकडे गरब्याचे चित्र मागितले. ते प्रसिद्ध होताच मूळ प्रतीला अनेक धर्मकांच्या सारख्या मागण्या येऊ लागल्या आहेत. या गरब्याविषयी सुनीतिकुमार म्हणतात की, इतर प्रांतांपेक्षा काही बाबतींत गुजराती लोकांनी प्राचीन भारतीय कलासंस्कार जिवंत ठेवले आहेत. त्यांची गीते व गरबा ही तर सुंदर प्रथा आहे. आम्हाला अशा तऱ्हेच्या प्रथेचे पुनरुज्जीवन करता येईल की नाही याची भीती वाटते; कारण आमचे संस्कार अगदी लुप्त झालेले आहेत.

८. नाच म्हणजे...

वरील उतारा 'कुमार' या गुजराती मासिकावरून घेतला आहे. नाच हा शब्द ऐकला की आमची सोवळी महाराष्ट्रीय मंडळी तीन हात मागे उडी घेते. पण बारकाईने पाहिले, तर जुन्या कलादृष्टीचे काही अवशेष अजूनही आपल्यात आहेत. फुगड्या, झिम्मा वगैरे स्त्रियांचे खेळ म्हणजे नाचाची अवशिष्ट अंगेच होत. नाच हा मनाच्या त्या प्रफुल्लित भावनांचा विलास होय. त्याला मुकणे म्हणजे संस्कृतीच्या एका अंगाला मुकण्यासारखे आहे. म्हणूनच प्रिं. गोखल्यांसारखे शिक्षणतज्ज्ञ शाळेत युरोपियन फोक डॅन्सिसच्या धर्तीवर नाचाचे शिक्षण द्यावे असे म्हणतात. आपल्याकडील नवविचारांच्या स्त्री-पुरुषांनी या गोष्टीचा अवश्य विचार करावा.

२६ नोव्हेंबर, १९२९

१. कला जाणीव

प्रख्यात हिंदी कलावंत व रूपमचे संपादक गांगुली हे 'आनंद' या मद्रासच्या मासिकात म्हणतात, 'हिंदी विद्यापीठांनी विद्यार्थ्यांनी उत्तीर्णपत्रे देण्यापूर्वी त्यांना हिंदी कलेचे सामान्यज्ञान झाले आहे की नाही हे पाहणे अत्यंत आवश्यक आहे. प्रत्येक राष्ट्राला आपली कला म्हणजे आध्यात्मिक परंपरा असते; गांगुलीबाबूंची सूचना विचाराई आहे. विद्यापीठांतून गिरवलेल्या हजारो पदवीधरांपैकी आपल्या राष्ट्राच्या कलेचे कितींना ज्ञान असते? हिंदुस्थानला जातिवंत कलेची वैभवशाली परंपरा आहे, याची अल्प जाणीवही पुष्कळांना नसते व तेच ज्ञान हिंदी कलेचा अभ्यास करण्यात उपयोगी आणण्याची एकालाही सद्बुद्धी होत नाही. ही वृत्ती पालटण्यास ललितकलांचा विद्यापीठात अंतर्भाव होण्यास नको काय?

२. अतिचा परिणाम

जे. कृष्णमूर्तींच्या विनंतीवरून रवींद्रनाथ टागोरांनी शांततेवर संदेश लिहिला आहे. त्यात ते म्हणतात, सामर्थ्याच्या तत्त्वावरून सौंदर्याच्या तत्त्वाकडे आपण आलो म्हणजे आपणाला कळून येते की पूर्वी आपण भ्रष्ट देवालयांतच धूप जाळत होतो... एकसारखे जमव जमव जमवून काय उपयोग? आवाज चढवून चढवून शेवटी मधुर संगीताऐवजी कर्कश आरोळीच मिळते. पूर्णत्वाच्या तालबद्धतेच्या प्रसादाने व त्याला नादमधुरता आणून व आवाजावर आवर ठेवूनच संगीत उत्पन्न होते.

३. खरे प्रेम

प्रतिग्रहाची अपेक्षा न करता फूल सुवास देते. मग तुम्ही ते हुंगा, हृदयाशी धरा अगर टाकून द्या, फूल सुगंधच अर्पण करते. तुम्ही ऐका अगर न ऐका, हृदय

पूर्णपणे भरून आनंद लाभतो, एवढ्याचसाठी पाखरू गाते. खरे प्रेम असेच असले पाहिजे, असा कृष्णमूर्तींचा संदेश आहे.

४. चिनी तरुणांचा आदर्श

चीन देश हिंदुस्थानच्या जवळच आहे. स्वातंत्र्ययुद्धात या राष्ट्राचे अनुभव हिंदुस्थानने डोळ्यांपुढे ठेवले पाहिजेत. चीनमध्ये शिक्षणाचा सार्वत्रिक प्रसार करण्याकरिता लाखो तरुण विनामूल्य खेडोपाडी खपत आहेत. कारण त्यांना चळवळीचा उगम मिळाला आहे. सर्व सुधारणांचा, क्रांतीचा पाया शिक्षण आहे हे ते जाणून आहेत; पण आपल्याकडील तरुण तोंडाच्या वाफा दवडण्यापलीकडे प्रत्यक्ष कार्य कोणते करीत आहेत? आपल्या सुट्ट्या खेड्यांत प्रचारकार्यासाठी खर्च करण्याची सद्बुद्धी किती जणांना आहे? परदेशी कापड बहिष्काराच्या बाबतीत आपण काय करीत आहो? आपली तरुण संघटना शाब्दिक वल्गनेपुरतीच आहे. ही स्थिती पालटण्यास नको काय?

५. शतकोत्तर रौप्यमहोत्सवी 'लंडन टाइम्स' अंक

पार्शी दिवशी म्हणजे नोव्हेंबर ७ला लिलावात विकण्याकरिता मुंबईच्या एका पार्शी गृहस्थाने १२४ वर्षांपूर्वीच्या लंडन टाइम्सचा एक अंक दिला होता. या अंकात व्हाइस ॲडमिरल बॅ. लिंगवुड यांचा ट्राफलगरच्या लढाईचा व नेल्सनच्या मृत्यूचा सरकारी वृत्तान्त व त्या विषयावरील अग्रलेख आले आहेत. या अंकाच्या प्राप्तीसाठी अहमहमिका लागेल यात शंकाच नाही. आपल्याकडे १८४८मध्ये निघालेला ज्ञानप्रकाशचा अगर तत्पूर्वीचा ज्ञानोदयचा पहिला अंक कोणी लिलावात काढून पाहावा.

१२ नोव्हेंबर, १९२९

✧

१. सरकार, हत्ती आणि उंट

'बे घडी मौज' नामक एका गुजराती साप्ताहिकाच्या गतवर्षाच्या दिवाळी अंकात 'उपदेश आपवानी कला' या शीर्षकाखाली एक लेख आला होता. त्यात जे/६, ४६८९५८ अंकाच्या एका पाच रुपयाच्या नोटेचे छायाचित्र दिले होते. प्रस्तुत लेखाचा परिणाम म्हणून की काय, एका दिव्य गृहस्थाने ते चित्र कापून काढून करन्सी ऑफिसात चालविले व तो पाच रुपये वसूल करून घेऊनही गेला. नंतर ६ नोव्हेंबरच्या पत्राने करन्सी कामगाराने एक पत्र लिहून या संपादकांचे लक्ष या गोष्टीकडे वेधले व सरकारी हुंडीची चित्रे छापण्याची मनाई केली. नोटेचा कागद रंग सर्व निराळी असतात. इतके असूनही त्या बिलंदर माणसाने बेमालूम पाच रुपये कसे उठवावे हेच समजत नाही. तरीपण, सरकारी कचेरीतील करड्या नजरेतून हत्तीही निसटू शकतात व उंटाएवढ्या चुका होतात, हे मात्र बरीक दिसते.

२. अफगाणिस्तान व तुर्कस्थान

अरबी संस्कृतीचे तुर्कस्थानाने उच्चाटन कसे केले व अरबी अल्लालाही कसा अर्धचंद्र दिला हे वर्तमानपत्र-वाचकांना माहीत असेलच. आता हिंदुस्थानच्या नजीक मुल्ला मौलवींचे माहेरघर जे अफगाणिस्तान त्यात बच्या-ई-साकूच्या औटघटकेच्या अस्सल कडव्या मुसलमानी अमदानीत सुशिक्षणाचा, संस्कृतीचा कसा चक्काचूर झाला ते पाहू. काबुल कॉलेजातील एक अध्यापक एम. एफ. बेनॉयट 'विश्वभारती'त म्हणतो, '१९२९च्या २० जानुआरीला दरोडेखोर बच्याने जेव्हा काबुल काबीज केले, तेव्हा मदिरसाखेरीज सुधारलेली सर्व विद्यालये नष्ट करून टाकण्याचा जाहीरनामा त्याने काढला. अमानुल्ला हा इस्लामचा द्रोही असून काफीर आहे. तो मुलींना शिकवतो, उजवीकडून डावीऐवजी डावीकडून उजवीकडे लिहावयाची लिपी शिकवतो. जरूर नसलेले गणित, काफीर राजांचे इतिहास, काफीर देशांची माहिती

मुलांना सांगतो व त्यांना धर्मद्रोही बनवतो असा अमानुल्लावर त्याचा आरोप होता.

३. माकडाच्या हाती कोलीत

१४ डिसेंबरला काबुलच्या पहिल्या स्वारीत सैन्याचा तळ हबीबी शाळेत पडला होता. बाहेर कडाक्याची थंडी होती, तेव्हा टेबल-खुर्च्या नकाशे-पुस्तके यांचा उपयोग अंग शेकण्याकडे करण्यात आला. प्रयोगशाळेतील सर्व काचसामान व्हिस्की पात्रे समजून फोडण्यात आले. चित्रे, शरीरविषयक आकृती या धर्माविरुद्ध म्हणून जाळण्यात तोडण्यात आली. वसतिगृहांतील काही विद्यार्थ्यांना पळून जाता आले नव्हते. त्यांनी हा प्रकार डोळ्यांनी पाहिला. फ्रेंच शाळेच्या वाचनालयातील पुस्तके जाणाऱ्या-येणाऱ्याला विकण्यात आली. ज्ञानकोशासारखे प्रचंड ग्रंथ ४-२ आण्याला देण्यात आले. सामानसुमान लुटण्यात आले. अशा तऱ्हेने अमानुल्लांच्या सुधारणेला मूठमाती देण्यात आली.

४. संस्कृतीचा व्यर्थ बडेजाव

वेळीअवेळी मुसलमानी संस्कृतीचा डौल मिरविण्याचा अल्लीबंधूंसारख्या बिनबुडाच्या काही मुसलमानांना नाद असतो. त्यांनी डोळे फाडून हा प्रकार पाहावा व मग आपल्या त्या संस्कृतीचा बडेजाव गावा. इजिप्त, तुर्कस्तान, इराण या एक वेळच्या मुस्लीम देशांनी अरबी जू झुगारून दिले आहे. नारदीरखान अमीर होऊन अफगाणिस्तानातही या क्रांतीचा बावटा उभारला गेला आहे आणि अशा वेळी मुसलमान अज्ञ लोकांचा बुद्धिपुरस्सर बुद्धिभेद करण्यात काही पुढाऱ्यांना आनंद वाटत आहे, ही त्या समाजाच्या दृष्टीने दुर्दैवाची गोष्ट नव्हे तर काय?

५. विद्यापीठे : तेव्हा आणि आत्ता

गत महायुद्धानंतर सांस्कृतिक सहकार्याचा प्रश्न जोराने पुढे आला व त्याचे दृश्यफल म्हणून बौद्धिक सहकार्य संस्था राष्ट्रसंघाकडून स्थापण्यात आली. हिंदुस्थान हा जागतिक संस्कृतीचा पाळणा समजण्यात येतो. एक वेळ याच भारतातील विद्यापीठात ग्रीक, चीन, जपानकडील विद्यार्थी येऊन अभ्यास करीत असत व सर्व जगात भारतीय संस्कृतीच्या गंगामातेचे जल फिरवीत असत. हिंदी विद्यापीठांची दोन अंगे होती. एक कला, विद्या व संस्कृती यांची केंद्रस्थान म्हणून व दुसरे इतर देशीयांचे आतिथ्यगृह म्हणून. या दृष्टीने ही विद्यापीठे दात्याच्या जागी होत; पण

सध्या आपणाला आपल्याच संस्कृतीचा जरी अभ्यास करावयाचा असला, तरी जर्मनीसारख्या दूरच्या देशाकडे पाहावे लागते व तिकडून अध्यापक आणावे लागतात! हिंदी विद्यापीठे पूर्वी दान देत असत. सध्या घेत आहेत. केवढा हा फरक?

६. विश्वभारती

परंतु अशा या सांस्कृतिक ऱ्हासाच्या काळीसुद्धा रवींद्रनाथ टागोरांसारख्या संस्कृतीच्या स्फुलिंगांनी 'विश्वभारती' विद्यापीठासारखा पवित्र अग्नी प्रज्वाळला असून निरनिराळ्या देशांच्या विद्यार्थ्यांचे तो आश्रयस्थान बनला आहे. विश्वभारतीला अजून योग्य ते स्थान मिळालेले नाही; कारण आपल्या लोकांची दृष्टी परकीयांच्या गुलामगिरीने इतकी कोती बनली आहे की राष्ट्रीय पीठेही चालणे कठीण होऊन बसले आहे. मग आंतरराष्ट्रीय पीठाची गोष्ट कसली? पण सध्याच या पीठांतून जे सांस्कृतिक ग्रहगोलांचे नक्षत्रमंडळ बाहेर पडले आहे, त्यावरून अंदाजता 'विश्वभारती'ला भावी काळात अत्युच्च स्थान मिळणार आहे, हे सहज दिसणारे आहे.

३ डिसेंबर, १९२९

✧

१. सत्तर वर्षांचा तरुण

सत्तर वर्षांचा तरुण! या वयात त्याचेच इष्टमित्र स्मशानभूमीत चिरशांती भोगीत निद्रावश झाले आहेत. काळ त्याला म्हातारा म्हणण्यास उत्सुक झाला आहे. त्याच्या डोळ्यांतील यौवनाची छटा, व्यायामबहाद्दरासारखी कणखर व स्थिर अवलोकनशक्ती, तकतकीत त्वचा व तरुणालाही लाजवणारी नवनवोन्मेषशालिनी प्रतिभा यांजकडे पाहून त्याला म्हातारा म्हणण्याची छाती होत नाही. जरेची जरासुद्धा छाया तो आपल्या अंगावर ठरू देत नाही. चालताना सैनिकाप्रमाणे पायांचा ठेका साधून हातांची आंदोलने घेत रस्त्यातून मुक्तपणे तो चालत असतो.

२. दीर्घायुषी

सद्यः या पितामह भीष्माचे निवासस्थान सेंट लॉरेन्समधील एका ग्रामकुटिकेत आहे. त्याला विचारले, आपण लंडनसारख्या शहरात का राहत नाही? तो आपल्या गावातील स्मशानभूमीतल्या एका दगडाकडे बोट दाखवितो. 'जेन एव्हरले – जन्म १८०५, मृत्यु १८९५. एकंदरीत अल्पवयी. या दगडावरची अक्षरे ९० वर्षे जगलेल्या बाईला अल्पवयी म्हणतात! या वृद्धाने सेंट लॉरेन्सला निवासस्थान करण्याचे रहस्य या दगडात आहे.

३. जॉर्ज बर्नार्ड शॉ

हा वृद्ध गृहस्थ म्हणजे, जगप्रसिद्ध लेखक नाटककार जॉर्ज बर्नार्ड शॉ होय. वरील उद्गार एका लेखकाने 'फिजिकल कल्चर' मासिकात काढले आहेत. वजनात अद्वितीयत्व मिळविणारा अमेरिकन टने व हे आयरिश नाटककार काही दिवस एकत्र राहत असत. त्यांचा कार्यक्रम ठरलेला होता. सकाळी शीतोदकाच्या वर्षावात स्नान, नंतर बरेच

मैल पाण्यात पोहणे, मग उन्हात विश्रांती व लांबलचक रपेट! या गृहस्थाला एकही व्यसन नाही. चहाच्या बाबतीत याने असहकारिता पुकारली आहे. मांस खाणे म्हणजे मुडदे खाणे होय असे त्याचे स्वच्छ म्हणणे आहे. 'फिजिकल कल्चर'मधील लेखक म्हणतो की, त्यांच्या शरीरावरील टवटवीतपणाला फलाहारच कारण झाला आहे.

४. पुनर्जन्म शक्य

'पुनर्जन्म आणणे शक्य आहे काय?' या प्रश्नाला 'होय' असे उत्तर देण्याचा आता नजीकचा काळ आला आहे. जगदीशचंद्र बोसनी आपल्या संस्थेच्या स्थापनदिनादिवशी एक नवीन संशोधिलेल्या हिमालयातील वनस्पतीचा रस मृतदेहात टोचून चेतना उत्पन्न करता येते, हे सप्रयोग सिद्ध केले आहे. प्रस्तुत औषधींची व्हिएन्नातील फॅकल्टी ऑफ मेडिसिनने कसोटी घेतली असून, हा वनस्पतीचा रस म्हणजे औषधीयुगात एक क्रांतिकारी शोध आहे.

५. खादी : वाहकता

आवाजप्रतिबंधक म्हणून खादीचा फार उपयोग होतो असे बोसबाबूंनी जाहीर केले असून या शोधाबद्दल म. गांधींचे आभार मानले आहेत. इंडिया ऑफिसमध्ये वनस्पतीच्या रसाभिसरणासंबंधी प्रयोग करीत असताना बसूंनी मनुष्यापेक्षा वनस्पती किती शीघ्रस्पर्शग्राही असतात, हे दाखविले. या प्रयोगाच्या वेळी स्टेट सेक्रेटरी बेजबुड बेन यांना व वनस्पतीला एक अत्यल्प असा विद्युतस्पर्श करण्यात आला. तो बेनसाहेबांना कळलाही नाही; पण वनस्पतीला वेगाचा झटका बसला. त्यावरून बसू हसून म्हणाले, 'साहेब, आपणाला झटका न बसण्याचे कारण आपण राजकारणी आहात हे असेल!'

६. पूर्व आणि पश्चिम

स्वित्झर्लंडमधील गॅगो मॅगिओ या सरोवराच्या सुंदर तीरावर १९३० मध्ये एक सर्वधर्म परिषद भरणार आहे. ही भूमी अमेरिका व भारत या दोघांनाही युरोपात मध्यावरच असल्याने, प्राचीन व अर्वाचीन संस्कृतींच्या संमेलनाला हे स्थान म्हणजे पुण्यभूमीच होणार आहे. दिवसेंदिवस पश्चिमेला पूर्वेचे महत्त्व अधिकाधिक पटू लागले आहे, असे कार्यवाहांच्या प्रसिद्धीकावरून दिसते. हिंदुस्थानचे प्रतिनिधी म्हणून साधु वास्वानी परिषदेला जाणार आहेत.

१० डिसेंबर, १९२९

✧

१. नरेंद्रबाबूंच्या वृत्तान्तातील गमती

नागेंद्रनाथ गुप्तांच्या मार्डर्न रिव्ह्यूतील 'पंजाबातील आठवणी' अनेक दृष्टीने वाचनीय आहेत. मुख्यत: आंग्लाईच्या पहिल्या अमदानीत गोरे अधिकारी कशी नबाबशाही चालवीत असत, त्याचे एकच उदाहरण पाहा. हॅरिसन नावाच्या एका डे. कमिशनरच्या एका जंगलखान्याच्या मित्राने कागाळी केल्यावरून साहेब मजुकरांनी एका मुसलमान लंबरदाराची दाढी कापली व ती एका लखोट्यातून दुसऱ्या एका कामगाराला तहाची भेट म्हणून पाठविली! त्याच्या कचेरीतील एका शीख शिपायाने तो रद्दी टोपलीत टाकलेला लखोटा नरेंद्रबाबूंकडे दिला. बाबूजी त्या वेळी विख्यात ट्रिब्यूनचे संपादक होते. त्यांनी ही गोष्ट वर्तमानपत्रात मांडली व त्या वेळचे गव्हर्नर फिट्झपॅट्रिक सुस्वभावी असल्यामुळे अरेरावी दीपोटी साहेबांना नोकरीवरून काढण्यात आले. अशा तऱ्हेच्या अनेक गमती नरेंद्रबाबूंच्या वृत्तान्तात आढळतात. त्या वाचकांनी एकदा नजरेखालून घालाव्यात.

२. दुराणींच्या दुगाण्या

लाहोरच्या तब्लीघ वाङ्मयसंस्थेने दुराणी नामक लेखकाची भगवद्गीतेवरील एक टीका प्रसिद्ध केली आहे. दुराणीने कृष्णावर, गीतेवर दुगाण्या झाडण्याचा प्रयत्न केला असून, अल्लाने प्रेषित केलेल्या पवित्र कुराणाचे पुराण गायले आहे. प्रस्तुत ग्रंथाचे समीक्षण मॉडर्न रिव्ह्यूने झणझणीत शब्दांत करताच दुराणीची मते ही मुसलमानी समाजाची प्रातिनिधिक स्वरूपाची नाहीत. एवढेच नव्हे, तर अशा पुस्तकांनी कुराणाचा प्रसार होण्याऐवजी तिरस्कारच उत्पन्न होईल, अशी अहमद शफींनी आपल्या भाईबंदांना सूचना दिली आहे.

३. ईश्वराचे एकत्व समसमान

मुसलमानांतील समंजस लोकांचे म्हणणे या पत्रावरून दिसेल. शफी म्हणतात, "अशा प्रकारच्या टीकेने लेखकाने स्वयोजित कार्याला विघातक वातावरण उत्पन्न केले आहे. मुसलमानांना गीता अपरिचित नाही. अकबराच्या दरबारातील विख्यात फैझीने त्याचे शुद्ध भाषांतर केले आहे. हे भाषांतर उत्कृष्ट व ठरावीक गुणांनी प्रसिद्ध झाले असून या देशात जिथे जिथे जुन्या मक्ताब शाळा आहेत, तिथे तिथे अभ्यासात हे हे भाषांतर लावलेले असते. त्याच्या वाङ्मयीन गुणांमुळे अगर भाषांतरकाराच्या व्यक्तिमाहात्म्यामुळे नव्हे, तर तत्त्वासाठी ते आनंदाने वाचले जाते. त्यातील ईश्वराचे एकत्व व मुख्यत: कर्मयोगाचा उपदेश ही इस्लाम धर्माला जवळची आहेत. हा ग्रंथ पुष्कळ मौलवींना पठण करताना पाहिले आहे. ईश्वरी एकत्व उपदेशणारा भगवान कृष्ण हा कुराणात सांगितलेल्या ईश्वरी प्रेषितांपैकी एक आहे, असे पुष्कळ मुसलमानी पंथ मानतात, हे हिंदूंना माहीत आहे काय?"

४. वास्तव आणि वर्णन

हिंदू-मुसलमानांतील लढा सद्य: कितीही विकोपाला पोहोचलेला असो व काही दीडशहाणे पुढारी त्याची भडक रंगांत चित्रे काढून अल्ला के प्यारे बनण्याचा प्रयत्न करोत, एका शतकापूर्वी यांच्यात एकी व संघटन होते. आज १९२९ सुरू आहे. १८२९चा ईस्ट इंडिया गॅझिटिअरमधला वॉल्टर हॅमिल्टनचा उतारा पाहू –

"रंगपूर येथे दोन्ही धर्म एकमेकांशी काहीही झाले, तरी मित्रत्वाच्या संबंधानेच वागत आहेत. दोन्ही जेव्हा धर्माला विघातक नसेल, तेव्हा एकमेकांच्या देवतांना व संतांना भजतात."

आता १८२९मध्ये डॉ. टेलर काय म्हणतात पाहू –

'हिंदू-मुसलमानांत धार्मिक भांडणे फार क्वचितच होतात. हे दोन्ही धर्म एकमेकांशी शांततेने व सहकार्याने वागतात. एवढेच नव्हे, तर एका हुक्क्यातून तलफ भागविण्याइतकी त्यांची एकी झाली आहे.' एक शतकापूर्वीचे इंग्रज अधिकारी काय म्हणतात व सद्य:चे इंग्रज वर्तमानपत्रकार काय म्हणतात हे तौलनीय नाही असे कोण म्हणेल? खुद्द मुसलमान मुसलमानी अगर मराठी आमदानीत त्यांचे सख्य असते आणि एकाच जात्यात भरडले जात असता मात्र असू नये याला कारण काय?

५. धर्म आणि आमिष

मुसलमानांपेक्षा ख्रिश्चन धर्मप्रचारकांचे मार्ग अधिक सुधारलेले होते, तरीपण परधर्मीयांना चांगल्या नोकरीचे अगर आर्थिक साहाय्याचे आमिष हे त्यांचे एक महत्त्वाचे साधन होते. आंग्लाईच्या प्रारंभी ख्रिश्चन झालेले हिंदू तत्त्वापेक्षा या आमिषालाच बळी पडले आहेत; परंतु कोणतीही संस्था झाली तरी तिच्याकडे काही पैशाचा झरा नसतो आणि म्हणूनच सद्यः हे धर्मांतर झपाट्याने मागे पडले आहे; परंतु त्याची जागा घेण्याला अल्लाचे प्यारे पुढे सरसावले आहेत. दया, प्रेम, सत्य ही त्यांची साधने नसल्याने उच्च वर्गाकडून अशा चळवळीला थप्पडच बसली आहे; पण त्यामुळे महंमद अल्लीसारख्या राष्ट्रसभेच्या अध्यक्षाचेसुद्धा लंपट डोळे पंचम जातीकडे वळले आहेत. हिंदूंचे कर्तव्य उघडच आहे.

६. धर्मप्रचाराची खरी साधने

'आमिष' हे काही मर्यादेपर्यंतच उपयोगी पडते. धर्मप्रसाराला आमिष कायम उपयोगाचे नसते. तत्त्वाचा प्रसार, दया, प्रेम हीच धर्मप्रचारकांची साधने होत आणि म्हणूनच सद्यःच्या हिंदूधर्म प्रचारकांनी इतर धर्मीयांप्रमाणे आमिषावर भर न देता, तत्त्वप्रसारानेच इतर धर्मीयांना आपल्या धर्माची दीक्षा दिली पाहिजे, तरच स्वधर्मागमित फिरून इतर धर्मांत जाण्याची भीती उरणार नाही. अशाच तऱ्हेची सूचना देवीचंद मानी आर्य समाजाला केली आहे.

७. धर्मगुरूंचा इतिहास

शंकराचार्यांच्या चार मठांपैकी शारदा मठाने खुद्द आचार्यांचा व त्यामागून अधिष्ठित झालेल्या गुरूंचा इतिहास तारीखवार जपून ठेवला आहे, ही आनंदाची गोष्ट होय. त्या माहितीप्रमाणे, शंकराचार्य युधिष्ठिर शकाच्या २६३१ सन म्हणजे ख्रिस्तपूर्व ५०० वर्षे जन्माला आले. सद्यः त्यांना जवळजवळ ८०० वर्षे पुढे आणण्यात येते, ते चूक आहे असे या माहितीवरून कळते. २६४० मध्ये त्यांनी उपदेशाला सुरुवात केली. २६४७ मध्ये त्यांचे वाराणसीत भाषण झाले. २६४८ मध्ये मंडणाचा पराभव केला. हा वाद सद्यःच्या माहितीप्रमाणे सात दिवस चालला नसून साडेतीन महिने चालला होता. त्यानंतर त्यांनी २३६२मध्ये बौद्ध मतांचे खंडन केले व २६६३च्या कार्तिकी पौर्णिमेला समाधी घेतली. युधिष्ठिर शक एकंदर ३०३५ वर्षे सुरू होता. प्रस्तुत माहितीप्रमाणे, शंकराचार्य मृत्यूच्या वेळी ३२ वर्षांचे होते, असे दिसते.

३१ डिसेंबर, १९२९

✧

१. गरीब-श्रीमंत लढा

श्रीकृष्णाच्या सुदर्शनाची उपमा ठळक, बारकाईने पाहिले तर ती अस्थानी नाही. सुदर्शन द्वारकेभोवती फिरून नागरिकांचे संरक्षण करीत असे. नरकातील नागरिकांचे संरक्षण तो करीच; पण कृषिप्रधान हिंदुस्थानातील कानाकोपऱ्यातील माणसालाही भाकरीचा तुकडा पुरवू शके. गेल्या हजारो वर्षांचा उपलब्ध इतिहास सांगतो की, हिंदुस्थानात श्रीमंत आणि गरीब यांत संघर्ष झालेला कुठेच आढळत नाही. रोम, जर्मन यांचा प्राचीन इतिहास मात्र अशा लढायांनी रंगला आहे. हिंदुस्थान अशा लढायांपासून अलिप्त राहण्याचे कारण भारतीय राजनीतिज्ञांनी कायमची आर्थिक चालनेवर केलेली संभावनाच होय.

२. सुस्थित आर्थिक परिस्थितीचे रहस्य

सद्य:च्या परिस्थितीत बंगाल हिंदुस्थानातही गरीब-श्रीमंतांतील लढा विकोपाला जाऊ पाहत आहे; हे मुंबई, कलकत्ता वगैरे औद्योगिक केंद्रातील लढे, रशियन तत्त्वज्ञानाचा झपाट्याने होणारा प्रसार हे पाहिले असता कळून येईल. असे असण्याचे कारण प्रचंड शक्तीच्या गिरण्या व त्याला आर्थिक चालनेच्या तत्त्वावधाने झालेली कायद्याची पुनर्रचना होय. पैसा कुठेही साचता कामा नये, तो फिरत असला पाहिजे, हे सुस्थित आर्थिक परिस्थितीचे रहस्य होय.

३. महात्माजींचा हट्टाग्रह

या भूमिकेवरून पाहता, लाहोरच्या स्वदेशी प्रदर्शनातील आचार्य प्रफुल्लचंद्र रॉय यांचे झालेले भाषण म्हणजे सद्य:च्या तीव्र असंतोषाचा उलगडाच होय. स्वित्झर्लंडमधील परदेशी वस्तूंवर जकात ठेवून राष्ट्रीय उद्योगधंद्यांचे संरक्षण केले

जाते. हिंदुस्थान सत्ताहीन असल्याने राष्ट्रीय उद्योगधंद्यालाच जबर कर द्यावा लागतो! औद्योगिक व्यवसायाचे केंद्रीकरण करण्याने फिरून आरोग्यहीनता, खेड्यांची उपासमार, श्रीमंती-गरिबीच्या लढ्यांचा संभव या भीतिदायक गोष्टीही अनुसरण्याचा संभव राहतो; पण ग्रामग्रामभर औद्योगिक धंद्याने हातपाय पसरल्यावर तरी भीती उरत नाही. म्हणूनच गांधीजींच्या चरख्याचा अवतार व म्हणूनच या विषयांतील महात्माजींचा हट्टाग्रह समजण्यासारखा होय.

४. मोराची पिसे लावून नाचणारे कावळे

आचार्यांनी आपल्या भाषणात सत्त्वहीन बनलेल्या आमच्या विद्यार्थ्यांना तांबडा बावटा दाखवून धोक्याची सूचना दिली आहे. ते म्हणतात, ''सर्व जणांत ट्युबरक्युलर बॅसिली या रोगाप्रमाणे सांस्कृतिक जय अतिशय परिणामकारक असतो. अदृश्य रीतीने, कपटाने व अचूक परिणामाने काम साधून तो तुमचा नाश करतो. एखाद्या भविष्यवाद्याप्रमाणे एक शतकापूर्वीच मेकॉले उद्गारला : ''रक्ताने-वर्णाने हिंदी; पण आवडीनिवडीत, मताने, बुद्धीने इंग्लिश अशा तऱ्हेचा वर्ग निर्माण करण्याची आपण पराकाष्ठा केली पाहिजे. सध्या आपण कॉलेजच्या वसतिगृहाकडे पाहिले तर ते प्रत्येक स्थान अशा राष्ट्रीयत्वनाशक कल्पनांचे उत्पत्तीक्षेत्रच बनलेले दिसून येईल. बाबांनो, इंग्रजांची देशभक्ती, कर्तव्यनिष्ठा, शिस्त, उमेद, मर्दपणा वगैरे उदात्त गुण तुम्ही अवश्य आत्मसात करा; पण कृपा करून त्यांच्या बाह्यरूपाचे अनुकरण करून स्वत:ला माकडे बनवू नका. मोराची पिसे लावून नाचणाऱ्या कावळ्याला कोणी शहाणा म्हटला आहे का?''

१४ जानेवारी, १९३०

१. धर्मांधता निषेधार्हच

दक्षिण आफ्रिकेत मुस्लीम मदान्धता हे एकात्मतेचे नाव आहे. श्री. भवानीदयाल संन्यासी सध्या आफ्रिकेत आहेत. मुस्लीम समाजात हिंदूंशी फटकून वागणारे व तिरप्या नजरेने अफगाणिस्तानला कवटाळणारे शहाणे पुढारी केवळ या सद्भावी हिंदुस्थानातच असतील असे वाटत होते; पण आमचे प्रवासी मुसलमान बांधव या सन्मान्य वृत्तीला अपवाद नाहीत, ही आनंदाची गोष्ट आहे. आफ्रिकेसारख्या परस्थ ठिकाणी, जिथे साऱ्या हिंदी रहिवाशांनी एक होण्यापलीकडे गत्यंतरच नाही अशा ठिकाणीही मुस्लीम-बांधवांनी सवतासुभा स्थापन करून हिंदुजनांचा द्वेष करण्याचा प्रतिष्ठित धंदा चालू ठेवला आहे असे भवानीदयाल यांच्या लेखावरून दिसते. 'इंडियन ओपिनियन'ने मुंबईच्या पठाणांविषयी काहीसे विरुद्ध; पण सत्यान्वेषी लिहिताच मुसलमानी अख्बार 'इंडियन व्ह्यूज'ला पठाणांचा पान्हा फुटून त्यांनी हिंदूंविरुद्धच ओरड करण्यास सुरुवात केली. महात्मा अल्लीबंधू या जडबुडांच्या पुढाऱ्यांनी आफ्रिकेत येऊन विष घेऊ नये असे 'चीस'नामक एका लेखकाने 'डेली मेल' पत्रात लिहिताच फाजील शंकेने मुसलमानी समाजाने श्री. शेलट नावाच्या एका नोकराच्या कचेरीत जाऊन पाशवी बळावर त्याला आपल्या ताब्यात घेतले. शेवटी, 'डेली मेल'च्या इंग्रजी संपादकाने तो लेखक नसल्याचे कळविल्यावरून बिचाऱ्याची सुटका झाली. अशा संताप आणणाऱ्या अनेक गोष्टी प्रस्तुत लेखात आढळतात.

२. नृत्यकला विकास

अजंठादिक लेण्यांतील प्राचीन भारतीय चित्रे, मूर्त्या अगर आपल्या देव्हाऱ्यात असलेल्या जुन्या वळणाच्या साध्या धातूच्या मूर्त्या जरी पाहिल्या, तरी एक गोष्ट सूक्ष्म निरीक्षकाच्या नजरेस येते ती ही की, एके वेळेस या देशात नृत्यकला पूर्ण विकासाला पोहोचली होती. संगीत, रागदारी, भावनेच्या सूक्ष्मछटा, तत्त्वज्ञानातील

गूढ प्रमेये नृत्यसमयी विशेष अंगविक्षेपाने स्फुटित करता येत असत. बोटांच्या ठेवीपासून तो कटिप्रदेशाचा बाक, पायांची ठेवण, मानेचे मुरडणे, एवढेच नव्हे; तर डोळ्यांतील पुतळीची हालचाल याने सूक्ष्मतम छटाही दर्शविता येत होत्या व केवळ स्त्रियाच नव्हेत तर पुरुषही या कलेत निपुण होते. दुर्दैवाने, संस्कृतीचा हा विशेष सध्या लुप्त झाला असून 'नृत्य' हा शब्दही अंत्यज शब्दाइतकाच नीचपणाचा वाचक झाला आहे.

३. नृत्याची मोहिनी

परंतु सुदैवाने, भारतीय चित्रकलेच्या पुनरुज्जीवनाप्रमाणेच भारतीय नृत्याचे पुनरंगीकरण मे. पॅव्हलोवासारख्या फ्रेंच नर्तिका अगर उदय शंकरसारखे वंग नर्तक यांनी करण्यास सुरुवात केली आहे. भारतीय कला जात्याच आध्यात्मिक आहे; मग ते चित्र असो वा शिल्प असो, संगीत असो वा नृत्य असो; पण लक्षात ठेवण्याजोगी गोष्ट म्हणजे, ही आध्यात्मिकता सौंदर्याला सोडून नाही, म्हणूनच उदय शंकर चौधरींनी मॅ. पॅव्हलोव्हाबरोबर लंडनच्या रंगभूमीवर जेव्हा राधा-कृष्ण हा नाच केला तेव्हा 'डेली टेलिग्राफ'नेही उद्‌गार काढले की, 'उदय शंकरचे नृत्य निःसंदेह सुंदर आहे. मॅ. पॅवलोव्हाने कॅव्हिन्ट गार्डन ऑपेरात दाखविलेल्या सर्व नृत्यांत हा नाच अधिक चमत्कारपूर्ण, गंभीर व वासनोत्पादक आहे. भावांचे तीव्र मिश्रण या नृत्यात आहे. श्वास घेण्यानेही हे मुग्धतर दृश्य भंग होईल असे वाटत होते. 'पडदा पडल्यावर आम्ही पृथ्वीवर आलो!'

४ फेब्रुवारी, १९३०

✧

१. पौर्वात्य संगीतकलेचे श्रेष्ठत्व

मुंबई क्रॉनिकलच्या खास अंकांत अमेरिका फिरून आलेल्या रागिणीदेवींचा पौर्वात्य व पाश्चिमात्य संगीतावर लेख आला आहे. पौर्वात्यांची संगीतकला श्रेष्ठ का हे दाखविताना रागिणीदेवी म्हणतात, 'ध्वनी, संगीत व ताल यांचे नियम भारतातील ऋषींना ठाऊक होते. कारण, मनुष्य व तत्त्व यांतील दैवी संबंधांचा त्यांना बोध झालेला होता आणि म्हणूनच प्रारंभी साम ऋचांतून व पुढे रागदारीतून त्यांनी जीवनातील एकबद्धतेचे उद्‌घाटन करता आले. संगीताच्या खऱ्या व स्वाभाविक पायांवर शतकानुशतके हिंदू संगीताची स्थापना झाली आहे. भारतीय ऋषी व संगीतज्ञ यांना ध्वनींचा अर्थ व स्वरूप यांविषयी विलक्षण ज्ञान होते, ते केवळ ब्राह्मच नसून आंतरही होते हे वेद, संगीत, पद्धती व प्रचारांतील वाद्ये यांवरून सिद्ध होते.'

२. अहिंसा आणि कर्तव्य

अहिंसेचे तत्त्व कितीही गोजिरवाणे दिसले, तरी त्यामुळे हळूहळू राष्ट्रांत भ्याडपणा कसा उत्पन्न होतो व हे राजकीय भीरुत्व अनेक हिंसांना वा पापराशींना कसे जन्म देते याला हिंदुस्थानचा इतिहास साक्ष आहे. गौतम बुद्धाच्या अहिंसेला भलत्याच थराला पोहोचवून हिंदुस्थानने नऊ कोटींची राष्ट्रद्रोही अवलाद आधीच प्राप्त करून घेतली आहे आणि हजारो वर्षे हा महान देश परकीयांच्या लाथांखाली असतानासुद्धा आजचे महात्मे त्याला अहिंसेचे विषच पाजीत आहे. ही खेदाची गोष्ट असली व सद्य:कालात असे स्पष्ट बोलणे म्हणजे धावत्या लोकगंगेच्या प्रवाहाविरुद्ध जाणे असले, तरी कर्तव्य म्हणून केलेच पाहिजे.

३. अहिंसा आणि अंतिम हित

'प्रबुद्ध भारता'चे विद्वान संपादक अशोकानंद यांचा जानेवारीच्या अंकी या विषयावर विस्तृत लेख प्रसिद्ध झाला आहे. संपादक धिटाईने आपले विचार व्यक्त करतात की, 'अंतरात अहिंसक नसणाऱ्या व्यक्तींनी अहिंसा पाळणे हितकारी वा अहितकारी हा गंभीरपणे विचार करण्याजोगा प्रश्न आहे. आमचा विश्वास आहे की अहिंसेचे व्यावहारिक पालन राष्ट्रीय कमकुवतपणाला जन्म देते व शेवटी राष्ट्राचा ऱ्हास होतो. असे झाले की राष्ट्र अधिक पापकृत्य करते... सर्वांना अहिंसाव्रत घेण्यास लावण्याने लोकांना शारीरिक, आर्थिक व राजकीय जीवनाला आवश्यक अशा अनेक कर्तव्यांना मुकण्यास आपण लावतो आणि परिणाम काय होतो, तर आर्थिक व राजकीय अधोगती हिंदूंची गेल्या हजारो वर्षांची गुलामगिरी हा आमच्या म्हणण्याला दाखला आहे. हिंदूंचा नित्याचा अनुभव आमचे म्हणणे सिद्ध करण्यास पुरेसा आहे. निराळे इतिहास-संशोधन नकोच. शिवाय, जगातील कोणत्याही अन्य राष्ट्राने हिंदूंप्रमाणे अहिंसेचा अंगीकार केलेला नाही.' महात्मा गांधींचे विरोधक बनून रवींद्रनाथ टागोर, रामानंद चतर्जी यांनी तर लोकप्रियता गमावलीच आहे. तशात अशोकानंदाची आणखी एक भर पडली!

४. खादी, खर्च आणि...

'चर्क्याचा भ्रम' या विषयावर प्रसिद्ध बंगाली विद्वान अनिलवर्ण रॉय यांचा ग्रंथ प्रसिद्ध झाला आहे. रवींद्रनाथांनीही राणीदेवींना लिहिलेल्या पत्रात तीव्र विषादाने चर्क्याच्या भ्रमविषयी उल्लेख केलेला आहे. अनिलवर्ण रॉय या विख्यात लेखकाचा तर स्वानुभवच आहे. प्रस्तुत लेखक असहकारितेच्या अमदानीत इतके खद्दरी होत की बंगालच्या गव्हर्नरांच्या कॉन्सिलांत ते केवळ एका पंचावर जात असत; परंतु अनुभवाने या चर्क्याविषयी ते म्हणतात, 'विलक्षण खर्च करून खादीला कृत्रिम व्यापार निर्माण करण्यात आला आहे. प्रत्यक्ष गोष्टी अशा आहेत, की खादी विणणारे व सूत कातणारे लोक खादीकेंद्रांकडून काही सुटते म्हणूनच तसे करणारे आहेत. स्वत:करिता कापड पाहिजे म्हणून नव्हे. अशा तऱ्हेने खादीवर मिळणारा पैसा ते गिरणीचे – नव्हे परदेशी कापड घेण्यात खर्च करतात! चरख्यावर खर्च होणारा सद्य: तो पैसा व शक्ती शेतीसुधारणेवर खर्च केली, तर लवकरच अधिक फायदा घडून येईल. (टागोरांचेही असेच मत आहे.) खादीवर २४ लाख मिळविण्याकरिता वीस लाख खर्च करावे लागले आहेत (!!!) आणि हा (दिखाऊ) फायदासुद्धा गिरणीच्या मालापेक्षा खादी अधिक महाग विकण्यानेच होत आहे. चर्क्याचे व्यर्थत्व लोकांच्या

नजरेआड असल्याचे कारण महात्माजींचा स्वार्थत्याग व नैतिक पगडाच होय.'

प्रस्तुत मजकूर आमच्या खादीभक्तांना विचार करण्यास लावेल काय?

२५ फेब्रुवारी, १९३०

१. जुलमाचा पोलादी पंजा

ब्रिटिश सरकारचे राज्य हिंदुस्थानात सुरू झाल्यापासून कायदा आणि शांतीच्या नावाखाली जुलमाचा पोलादी पंजा हिंदी प्रजेच्या मानगुटीवर दिवसेंदिवस कसा अधिक बसत जात आहे, हे राज्यशास्त्राच्या विद्यार्थ्यांना कळून आलेच आहे. त्यामुळे यांनी आपल्या ग्रंथांतही नव्या-जुन्याची तुलना करून शेतकरी लोकांची अन्नान्न दशा होण्यास ब्रिटिश मायबाप सरकार कसे कारण आहेत, हे दाखविले आहे. अकबराच्या काळी हरकाम्या मजुराची स्थितीही अधिक सुखाची होती. त्या काळी दर माणशी दर महिना सहा रुपये खर्च पुरत असे! व दरमहा सव्वा रुपया मजुरी मिळविणारा मजूर नवरा, बायको व तीन मुले अशा पाच माणसांचा उदरनिर्वाह चालवून पाच आणे शिल्लक टाकू शकत असे!! हे पाच आणे म्हणजे काही कमी नव्हते. कारण, त्या वेळी गूळ एक रुपये मण मिळत, तूप २ मण १२ शेर मिळे. साखरेला दर मणाला अडीच आणे पडत. यावरून त्या वेळच्या स्वस्ताईची कल्पना येईल. त्यासाठी त्या वेळच्या मजुराची आणि हल्लीच्या राज्य सरकाराच्या हपिसांतील क्लार्कसाहेबांची तुलना करून पाहा म्हणजे सध्याचे राज्य सुरू झाल्यापासून हिंदी प्रजा अन्नाला किती महाग झाली आहे, हे दिसून येईल. ब्रिटिश सरकारच्या कनवाळू राज्यात खायला नाही म्हणून आत्महत्या होत, तसे एखादेतरी उदाहरण मागच्या इतिहासात दाखविता येईल काय? सध्याच्या राज्यात दोनतृतीयांश प्रजा अर्धउपाशी असते. ही स्थिती धडधडीत दिसत असूनही 'शेतकऱ्यांच्या कल्याणा'करिता 'कैवार' घेणाऱ्या एखाद्या रात्री स्त्री-पुरुषाला सरकारच्या गळ्यात मिठी मारावी असे वाटत असेल, तर त्याच्यासारखाच तोच म्हटले पाहिजे.

२. आधुनिक धर्मराज

सर आर्थर कॉनॅन डॉयल म्हणजे प्रसिद्ध व्यक्ती आहे. साहेब मजकुरांनी आपले

शेलॉकी डोळे हिंदुस्थानाकडे वळविले असून मायबाप सरकारला एक रामबाण तोडगा सुचविला आहे. हे मूठभर स्वतंत्रवादी चळवळ्ये आणि त्यांना म्हणे दडपून टाकता येत नाही. या काळजीने पोखरलेल्या कॉनॅन डॉयल साहेबांनी सुपीक मेंदूतून एक नामी युक्ती शोधून काढली आणि ती म्हणजे 'फोडा आणि झोडा!' लंडन टाइम्समध्ये पत्र लिहून डॉ. मजकुरानी ब्रिटिश बयेला हे इंजेक्शन दिले आहे. ब्रिटिश राजसत्ता किती भोळी व सरळ होती. च् च् च्! पण या खोडकर डोक्याची कलकत्त्याच्या स्टेट्समनला काहीच जरुरी वाटली नाही. त्याचे म्हणणे असे पडले की हिंदी जनता ब्राह्मण-ब्राह्मणेतर, हिंदूबिंदू, स्पृश्य-अस्पृश्य अशा वादात आपण होऊनच जर फुटत आहे तर मायबाप सरकारने हे पाप कशाला घ्यावे? बरोबर आहे. आधुनिक धर्मराजाचा स्वर्गवासी होताना अंगठा राहायला नको.

३. शोभा पुरे

पतियाळी लीलामृताचा पाठ सध्या देशात सुरू आहे. या संस्थानचे महाराज म्हणजे एक अवलिया आहेत. मायबाप सरकारप्रमाणेच 'मूठभर' चळवळ्यांच्या शाब्दिक चळवळीने त्यांचीही झोप उडालेली दिसते. धीरसो गंभीर राजसाहेबांनी नरेंद्रमंडळाच्या उच्चासनावरून एक मर्दानी धमकी या चळवळ्यांना दिली. गजराजाच्या अंगावर घोंघावणाऱ्या माश्यांनी तो जसा सतावून आपले विस्तीर्ण कर्ण फडफडावतो, तसाच महाराजसाहेबांनी आपले फर्मान फडफडावून 'मूठभर' चळवळ्यांना इशारा दिला आहे. एकंदरीत अवसान तर खूप आणले; पण त्यांच्या योग्य इशाऱ्याविषयी मॉडर्न रिव्ह्यूचे विख्यात संपादक काय म्हणतात पाहा –

हा इशारा एका व्यक्तीकडूनच काय; पण ब्रिटिश सरकारने आपल्या दरबाराला शोभा आणि थाट यावा म्हणून मोंगलांच्या इतर अवशेषांप्रमाणे व चोपदाराप्रमाणे पाळलेल्या मध्ययुगीन काळाच्या साऱ्या मंदिल बहाद्दर शिलकी कळपाकडून एकाच कलकलाटात जरी आला असता तरी आम्ही तो परमार्थाने घेतला नसता.'

संस्थानिकांना आपली ही 'शोभा' पुरे झाली असे वाटत नाही काय?

१५ एप्रिल, १९३०

✧

१. निर्दय जुलूम

स्वसंरक्षण हे जीवसृष्टीला साहजिकच असते. तसे ते इंग्रज येण्यापावेतो येथेही होते; पण अंग्रेजांचा न्यारा जमाना सुरू झाला आणि हा हक्कही काढून घेण्यात आला. पौरुषाची खच्ची करणारे हे धोरण नादीरशहाच्या जुलमांपेक्षाही अधिक जुलमी आहे. १९०६ साली कायदेमंडळात बोलताना ना. गोखल्यांनी असेच कळवळ्याचे उद्‍गार काढले होते. त्यात ते म्हणतात, 'अखिल जगाच्या पंचमांश लोकसंख्येच्या जमीनजुमल्याचे स्वाभिमानपूर्वक संरक्षण करण्याचा हक्क काढून घेणे, जगाच्या इतिहासात कधीही न घडलेले नि:शस्त्रीकरण चालवून त्यांना सतत नि:शस्त्र बनविणे हा सर्व लोकांवर करण्यात आलेला निर्दय जुलूम आहे असं मी नम्रपणे सांगतो.'

२. सुडाची आच

ख्रिस्ताच्या डोक्यावर काट्यांचा मुगुट चढविण्यात आला व त्याच्या देहात खिळे मारून त्याची हत्या करण्यात आली, तेव्हा त्या वेळच्या राज्यकर्त्यांना व त्यांच्या बगलबच्च्यांना मनस्वी आनंद झाला. लजपतरायांसारख्या वृद्ध पुढाऱ्यांवर काठी चालविताना ती चालविणाऱ्या गोऱ्या सोजरांना व त्यांच्या वरिष्ठ अंमलदारांना गुदगुल्या झाल्या असतील; पण ख्रिस्तोत्तर जगात खिळे मारणाऱ्याचे हात पोळून निघाले, त्यांना पळता भुई थोडी झाली व हजारो वर्षे सुडाच्या आचेत होरपळावे लागले. लजपतरायांनी मृत्युशेजेवरून जो इशारा दिला तो प्रसिद्धच आहे; परंतु सध्याच्या राज्यकर्त्यांच्या मानगुटीला बसलेला अधिकारोन्मादाचा सैतान ते हृदय पिळवटून निघालेला शब्द राज्यकर्त्यांच्या ख्रिस्ती हृदयापर्यंत पोहोचू देईल, तेव्हा ना?

३. दांभिकाला मूठमाती

'कुंपण शेत खाऊ लागले तर शेताचे संरक्षण कसे होणार!' असे आजवर म्हणत असत; पण थिऑसॉफिस्टचे जगद्गुरू जे कृष्णमूर्ती यांनीच सध्या जी त्यांच्या भक्तांवर तरवार उपसली आहे, तीपासून त्यांचे संरक्षण कसे होणार? म्हण थोडी बदलून असे म्हटले पाहिजे की, शेतच जर कुंपण खाऊ लागले तर कुंपणाचे संरक्षण कोण करणार? थोड्याच दिवसांपूर्वी काशीच्या परिषदेत कृष्णमूर्तींनी आपल्या तारकासूत्रांना कात्री लावली व त्यांचा उदो उदो करणाऱ्या दांभिकाला मूठमाती दिली. तेव्हापासूनच हे जगद्गुरू व त्याचे भक्त यांचा वाद सुरू झाला व आता तर तो विकोपाला पोहोचला आहे. कृष्णमूर्तींचा भयंकर अपराध म्हणजे, त्यांच्या माथी जो मैत्रेयावतार मारण्यात येतो, गुरुबाजीचा वीट येणारा गोंधळ त्यांना सहन करावा लागतो व या जगद्गुरूंनाही शिष्यांच्या मर्जीप्रमाणेच तोलून बोलावे लागते, त्याचा आलेला हा कंटाळा होय!

४. आकाश फाटले तर...

आम्ही लिहितो हे निराधार नाही. हॉलंडच्या आंतरराष्ट्रीय तारकापत्रिकेत (इंटरनॅशनल स्टार बुलेटिन) न्यू यॉर्कच्या 'थिऑसॉफिकल फेडरेशन'पुढे कृष्णाजींनी दिलेले व्याख्यान आले आहे. त्यातील शब्दन्‌शब्द, अक्षरन्‌अक्षर थिऑसॉफिस्टांनी वाचून मनन करण्याजोगे आहे. "मला पुढारी म्हणू नका, मी पुढारी नाहीच, माझी इच्छा नाही... तुमच्याखेरीज इतरांकडून सत्य लाभणार नाही... मी कडक बोलतो; पण क्षमा करा... तुमचे पुढारी माझ्याशी सहमत नाहीत. त्यांच्याशी मी कसे वागावे याविषयी तडजोड करणार नाही... तुमचे पुढारी म्हणतात मी काहीतरी होणार आहे. त्याचे माझे जमत नाही... कृष्णमूर्तींचे तुम्ही चेले व्हावे अशी माझी इच्छा नाही... तुम्ही आणि तुमचे पुढारी कृष्णमूर्तीत मैत्रेय किती अंशाने आहे याविषयी झगडत आहा... अर्थातच तुमच्या पुढाऱ्यांत व माझ्यात विलक्षण अंतर आहे व हे दडवून ठेवण्यात अर्थ नाही." अशा तऱ्हेचे त्यांनी उद्गार काढले आहेत. मैत्रेय ऋषींनीच असा बोजवारा उडविला. आता या दांडीवर सर्कस करणाऱ्या जगन्माता, गौतमबुद्ध, अशोक इत्यादी इत्यादी सोंगांना कोण आधार देणार? आकाशच फाटले, ठिगळ तरी कोण लावणार?

५. गणपती व बदल

टिळकांनी गणपतीला 'उत्सवदेवता' म्हणून ठरविल्यामुळे बिचाऱ्या गणपतीला आपल्या भक्तांच्या पुढे दर वर्षी मान लववावी लागत आहे. गणपतीबाप्पांना हे राष्ट्रीय स्वरूप येण्यापूर्वी भक्तांच्या इच्छेवरून वर्षातून एकवार त्या वेळी शेंदूर माखून घेतला की काम भागे. या शेंदूर मज्जन आपदेचीही मोदकांनी नुकसानभरपाई होई व एकदा का चतुर्थी संपली की, मोदकांनी मुदित झालेले गणराज मूषकावर आरूढ होऊन हिमालयाकडे चालते होत, त्या वेळी बरे होते. पण सध्या बिचाऱ्या गणपतीला अर्पण करण्यात येणारा शेंदूर इतका कंजूषपणे करण्यात येतो की पुसू नये. सार्वजनिक उत्सवात मोदक कुठचे? चहा, कॉफी बोलूनचालून सुधारलेली पेये; ती गणराजाला थोडीच चालणार? अशा उपाशी स्थितीत त्याला दिवस काढावे लागतात. उंदराची जागा सिंह, खुर्ची, कोच ही पटकावतात. पोशाखाच्या बाबतीत प्रतिवर्षी नावीन्य हे आहेच. चित्रकारास वाटले, गणपतीला सरदार बनवावे की लागलेच पणपतीला हजर व्हावे लागते. कधी हॅट, पॅन्ट त्याला जुलमाने सहन करावी लागते, तर कधी छचोरपणे भांग काढून यार्ड्लीचे पोमेड चोपडून केशप्रसाधन करावे लागते. सध्या पाहिले, तर गणपतीचा मुगुट गेला, मंदिल गेला आणि चार आण्याची गांधी टोपी गणपतीच्या मस्तकावर बसली. गांधी टोपी घालणाऱ्या मूर्तिकाराला गणेश टोपी घालावी असे कितीदा वाटत असेल! गेल्या चाळीस वर्षांचे गणपती पाहिले, तर गेल्या चाळीस वर्षांत हिंदी मनोवृत्तींत कसा फरक पडत चालला आहे, हे दिसून येईल. पुढे-मागे या गणपतीच्या फोटोवरून राजकारण उलगडणे सोपे जाणार नाही कशावरून?

९ सप्टेंबर, १९३०

१. आधुनिक वृकोदर

१७ पौंड ब्रेड, २ पौंड भाजलेले मांस, १ पौंड ओट, आइसक्रीम ३० बशा ही एका पंचवीस वर्षांच्या तरुणाची केवळ न्याहारी आहे. या अण्णा खाजगीवाल्याचे नाव व्हाल्डा सेव्हिक असून तो सॅराजेव्हचा राहणारा आहे. या बिचाऱ्या वृकोदराला आयुष्यात तीनदाच पुरे जेवण मिळाले. एकदा तो शिपाई असताना पंचवीस माणसांची पाकसिद्धी एकट्याला पुरेल की नाही याचा त्याने प्रयोग केला, त्या वेळी नंतर दुसऱ्यांदा त्याचे इतके उदरभरण झाले, की सॅराजेव्हा ते मॉस्टरपर्यंतचा पन्नास मैलांचा पायी प्रवास त्याला स्वस्थपणे करता आला; तिसरी खेप वर वर्णन केलीच आहे. 'पोटापुरते देई, मागणे लई नाही' अशी जर त्याने ईश्वरापाशी प्रार्थना केली तर ईश्वराला आपल्या अंदाजपत्रकात त्याचेसाठी २२ पौंड ब्रेड व १७ पिंट पाण्याची व्यवस्था करावी लागेल!

२. आस्तेय संग्रह म्हणजे श्रीमंती

'धर्मस्य तत्त्वं निहितं गुहायाम्' असे म्हणतात ते काही खोटे नाही. पिल्ग्रिम्स प्रोग्रेस, रॅलेचा नष्ट इतिहास, टिळकांचे गीतारहस्य हे ग्रंथ बंदिशाळेतील जीवनाच्या सुप्तावस्थेतूनच पुढे आले. गुहेतील धर्मतत्त्वांची सुप्तावस्था उदयोन्मुख तत्त्वांचा पाळणा असते. नुकतेच महात्माजींनी असेच एक 'आस्तेय' विषयावर विवेचन केले आहे. रशियातील समतावाद्यांचे असे तत्त्व आहे की, जीवनावश्यक अशा द्रव्याखेरीज ज्यांचे ज्यांचेकडे इतर द्रव्य आहे, ते ते द्रव्य चोरीनेच संपादिलेले असते. मग ही चोरी कितीही संभावित व शिष्टपणाची असो, महात्मा टॉलस्टायांप्रमाणेच महात्मा गांधींनाही हे तत्त्व आता पटलेले दिसते. 'पक्षी' हा त्यांचा जीवनाचा आदर्श आहे– "लाखो लोक उपासाने मरत असता, श्रीमंत लोक अनावश्यक अशा पदार्थांचा संग्रह करीत असतात; परंतु प्रत्येकाने आपणाला जरूर तेवढे ठेवले तर कोणालाही

कोणतीच उणीव राहणार नाही व सर्वत्र समाधानवृत्ती नांदेल. खरे म्हटले तर गरिबांइतकेच श्रीमंतही असंतुष्ट असतात.'' हे महात्माजींचे शब्द आहेत. पुढे याच लेखात 'संस्कृती म्हणजे गरजांची वाढ नव्हे, तर बुद्धी व स्वेच्छेने गरजांवर मारलेला काट आहे,' अशी गांधींनी केलेली संस्कृतीची व्याख्या कोणाला मान्य होवो वा न होवो; पण संपत्तीच्या समविभागणीचा त्यांचा उल्लेख भावी राज्यपद्धतीत महत्त्वाचा भाग ठरेल, असे म्हणणे वावगे होणार नाही.

३. म्हणी आणि राष्ट्र

केव्हा केव्हा म्हणी राष्ट्रीय गुण दाखविण्याचे कार्य अचूक करतात. जे. डब्ल्यू. मेसन या अमेरिकन लेखकाने मुंबईच्या 'आर्यन पाथ' या मासिकातील आपल्या लेखात आशिया आध्यात्मिक, युरोप उपयुक्तताविषयक संस्कृतीची केंद्रस्थाने आहेत असे लिहिले आहे. लंडनच्या 'लिबरल कॅथॉलिक' मासिकात 'सौंदर्य' या विषयावर लिहिताना रेव्ह. क्लीमेंट हॅस्किन यांनी अशीच एक चिनी म्हण शिरोवतरणी घेतली आहे. 'तुमचे एखादे कमळ विकत घ्या,' अशा अर्थाची ती म्हण आहे. उपयुक्ततावादी युरोप या म्हणीतील सौंदर्याभिलाषेकडे पाहून हसेल. पण हे तत्त्वज्ञान हिंदुस्थानला काही फार दूरचे नाही. आपली ईश्वरी स्वरूपाविषयीची कल्पनाच 'सत्यम् शिवम् सुंदरम्' अशी आहे.

४. धनाशा, धननाश व आध्यात्मिकता

'आर्यन पाथ' या मासिकातील वर उल्लेखलेल्या मेसनसाहेबांनी अमेरिकेच्या धनाशेची निर्भर्त्सना केली असून हिंदी समाधान वृत्तीचा अंगीकारच आनंदप्राप्तीसाठी आता अमेरिकेने केला पाहिजे, असा इशारा दिला आहे. लंडनच्या 'इफिशन्सी' मासिकानं अमेरिकेतील आत्महत्यांचा १९२९-३०चा आकडा २१००० असल्याचे लिहिले आहे! याच मासिकाने धननाशाने झालेल्या विमनस्कतेनेच बहुतेक आत्महत्या होतात, असे लिहिले आहे. मिसेस विल्यम ग्रॅहम या विदुषीने ब्रिटिश स्त्रीपरिषदेपुढे बोलताना 'हिंदू लोकांची पाहण्याची दृष्टी आध्यात्मिक नसती, तर सध्याच्या उपासमारीत ते जगूच शकले नसते!' असे जे उद्‌गार काढले आहेत, ते वरील उदाहरणे वाचली की पटल्याशिवाय राहत नाहीत.

५. थॉट वर्ल्ड

अप्टन सिंक्लोर यांचे 'मेंटल रेडिओ' म्हणून एक पुस्तक नुकतेच प्रकाशित झाले आहे. सिंक्लोर यांच्या पत्नीची मानसिक शक्ती इतकी विकास पावली आहे, की बंद केलेल्या एखाद्या चित्रावर दृष्टी एकाग्र करून मानसिक पारदर्शकत्व शक्तीने या चित्राची प्रतही करू शकतात. ही चित्रे मुळाइतकीच तंतोतंत बरोबर निघतात असे नसले तरी ही शक्ती चमत्कारिक खरीच. अशी चाळीस चित्रे या ग्रंथात देण्यात आली आहेत. 'इफिशन्सी'च्या संपादकाला एक इजिप्शिअन ऑफिसराचा असाच विचित्र अनुभव आला. हा कामगार एखाद्याचा हात हातात धरून त्याचे मनातील विचार सांगू शके. सध्या इतके निरनिराळे शोध लागत आहेत व मानसशास्त्र इतके सूक्ष्मत्वाला जात आहे, की शब्दाच्या ठिकाणी विलक्षण शक्ती असते, पुढे मागे विनायंत्राने केवळ शब्दाने जगद्व्यवहार चालू शकेल असे पुष्कळ शास्त्रज्ञांचे म्हणणे आहे. सध्याच्या युगाला ते 'थॉट वर्ल्ड' म्हणतात, हे 'थॉट वर्ल्ड' म्हणजे जुनी 'योगशक्ती' नाही, तर दुसरे काय?

६. गांधीजींची बहिष्कार चळवळ

गांधींच्या बहिष्कार चळवळीमुळे मँचेस्टरचे धाबे दणाणले, गिरण्या लिलावात निघाल्या, लाखो मजूर बेकार झाले, हे काहीच नाही. हिंदुस्थानच्या आजवरच्या मोकळ्या रानात जपान अगर ऑस्ट्रियासारखी जनावरेही आजवर मोकाट सुटली होती व सध्याचा बहिष्कार केवळ ब्रिटिश मालावर न बसवता एकूण परदेशी मालावर बसवण्यात पुढाऱ्यांनी सुज्ञत्वच दाखविले असे आता दिसू लागले आहे. ऑस्ट्रियाचे डॉ. कारेर यांनी व्हारेरबर्गच्या कापडाचा व कलाबतूचा कारखाना आता बंद करावा लागला व २००० लोक बेकार झाले अशी तक्रार केली आहे. कारण यातील दोनतृतीयांश माल एकट्या हिंदुस्थानातच खपे!

२३ सप्टेंबर, १९३०

१. नृत्य : कसरती आणि भावदर्शकपणा

"कलात्मक भावनाविष्करणाचे नृत्य हे एक साधन आहे असे मला वाटते. संगीत, चित्र व शिल्प हे कल्पनांचे स्थूल ठसे आहेत तर नृत्य हे चालना काव्य व मानवी आचारविचारांचे अभिनयात्मक प्रगटीकरण आहे." असे मेनका अथवा लीला सोखी हिची बहीण व बॅ. चतर्जी यांची पत्नी मिरावतीदेवी हिचे म्हणणे आहे. 'जगातील नृत्याची ॲक्रोबेटिक किंवा कसरती व इंटरप्रिटेटिव्ह किंवा भावदर्शक अशी दोन अंगे आहेत.' पहिल्यात मनापेक्षा शरीराचे व दुसऱ्यात शरीरव्यापाराइतकेच मनोव्यापारांचे चातुर्य लागते. हिंदी नृत्य हे केवळ अंगविक्षेपात्मक नसून भावनादर्शक अतएव संस्कृतिप्रचुर आहे.'

२. नृत्य व मन:स्थिती

याच 'बॉम्बे क्रॉनिकल'च्या साप्ताहिक अंकांत नृत्य ही स्वाभाविक कला असून त्याला आवश्यक शिक्षण जरूर आहे, असे मिरावती म्हणतात. "सुंदर चेहरा व रेखीव शरीरसौष्ठव याइतकेच मन:स्थितीचे महत्त्व आहे. सौष्ठव, चातुर्य व संगीताचे ज्ञान त्याचप्रमाणे अभिनयचतुरता ही यशेच्छ नर्तकीला आवश्यक आहेत." ॲक्रोबेटिक नृत्याला कसरतीप्रमाणे अंग मोडता आले की काम भागते; पण 'भावदर्शक' नृत्याला हिंदूंचे प्राचीन वाङ्मय, संस्कृत काव्ये, आख्यायिका, अजंठादिक लेण्यांतील रेखाचित्रांचे सूक्ष्म निरीक्षण, प्राचीन व अर्वाचीन शिल्प, मूर्ती व चित्रांचे ज्ञान व इतिहास वगैरेंचा अभ्यास हिंदी नर्तक-नर्तकींनी केला पाहिजे. तरच त्यांच्याकडून हिंदी संस्कृतीच्या या अंगाला शोभेशी कामगिरी होईल.

मिरावतीदेवींची ही कसोटी हल्ली आणापासरी झालेल्या नर्तकीच्या नृत्याला लावल्यास काय दिसून येईल बरे? 'नाच' नृत्य नव्हे, म्हटले की धोतर गहाण ठेवून डोळेफोड करणाऱ्या आमच्या रसिकांना तरी ही सूक्ष्म दृष्टी झाली आहे काय?

३. ख्रिश्चॅनिटी

'क्रॉस इन धी क्रुसिबल' किंवा मुशीत घातलेला क्रूस हे एस. हलदार यांचे पुस्तक प्रसिद्ध होऊन आज तीन वर्षे होऊन गेली. भिल्लप्रभृती पाश्चिमात्य तत्त्वज्ञांनी ख्रिस्त पुराणाची खिल्लीच उडविली आहे. सध्याही निरनिराळे संशोधक, तत्त्वज्ञानी, समाजसमतावादी ख्रिस्तपुराणाला ऐरणीवर ठेवून त्याची कसोटी पाहण्यात गुंतले आहेत. आधुनिक शास्त्रप्रगती, तत्त्वविचारात्मक ध्येयप्रवृत्ती, आर्थिक, सामाजिक व राजकीय स्थित्यंतरे यांचे दृष्टीने ख्रिस्ताने उपदेशिलेले अथवा त्यांचे नावे 'नवा करार व जुना करार' या दोन ग्रंथांत झालेले तत्त्वज्ञान जर आपण पडताळू लागलो तर याच पुस्तकाच्या लेखकाप्रमाणे आपणालाही म्हणावे लागेल की 'ख्रिश्चॅनिटी तागडीत घालून काळजीपूर्वक वजन करण्यात आली व ती कमालीची क्षुद्र भरली!'

४. ख्रिश्चन धर्म व नैतिक प्रगती

ख्रिस्त चरित्राविषयी व्यक्तिशः मला अत्यादर आहे. तथापि, त्याच्या अनुयायी म्हणविणाऱ्या शिष्योत्तमाने जगात जो जुलूम केला, थोतांड गाजविले, अनर्थ पसरविले, गुलामगिरीला उत्तेजन दिले, ते विसरण्याजोगे नाही. गळ्यात घांट बांधून आलेला गोव्याचा सेवियर किती जुलूम करता झाला व शेवटी अशाच जुलूम जबरदस्तीत त्याला कसे जिवाला पारखे व्हावे लागले, हे चित्रमय जगतचा 'आशिया' अंक ज्याने वाचला असेल, त्यांना सांगणे नलगे. हे आमचेच म्हणणे नाही. विख्यात बट्रॉंड रसेल काय म्हणतो पाहा, "चर्चमधून संघटिलेला ख्रिश्चन धर्म आजवर व सध्याही जगात 'नैतिक प्रगतीचा शत्रू' होऊनच बसला आहे, असे मी स्पष्ट म्हणतो."

५. ख्रिश्चन धर्म व तत्त्वज्ञान

हलदार यांनी ख्रिश्चन धर्म, धर्म व तत्त्वज्ञान या नात्याने किती अपुरा, अशास्त्रशुद्ध आहे हे दाखविताना काही मुद्दे उपस्थित केले आहेत–

१. आधुनिक शास्त्रापुढे बायबलातील कित्येक गोष्टी पांगळ्या पडतात. या गोष्टींवर ख्रिश्चन धर्म अवलंबून असेल तर तो पाया अगदीच कच्चा आहे. २. जुन्या करारांतील देव जहोवा, हा सूड, द्वेष व पक्षपातीपणा यांचा देव आहे. ३. ख्रिस्त चरित्रात शीलपूर्णत्व दिसत नाही. ४. बायबलातील नीतिधर्म साधारणतः कमदर्जाचा आहे. ५. जुन्या करारातील स्त्रीविषयक कल्पना उच्चदर्जाच्या नाहीत. नवा करार

झाला तरी त्यांना विशेष उच्चस्थान देत नाही. ६. ख्रिस्त धर्माचा पाया अज्ञान असून बुद्धिवादाला त्यात मना आहे. ७. ख्रिस्ती मिशनरी जगात अनर्थालाच कारणीभूत झाल्या आहेत.

६. हिंदू धर्माचे वैशिष्ट्य

वर दिलेला प्रत्येक मुद्दा प्रस्तुत लेखकाला मान्य नाही; पण सध्या सर्वच धर्मांचा आपापला पाया तपासणे भाग पडत आहे. पानइस्लामिक चळवळीचे अनेक पुरस्कर्ते तुर्कस्तानचेच अरेबिक लिपी, भाषा, संस्कृती व धर्म यांना अर्धचंद्र दिल्याने तोंडघशी पडले आहेत. जग इस्लाममय करण्याच्या त्यांच्या आकांक्षेचे शिंके मुळातच आधार तुटल्यामुळे अतिभग्न ततोभग्न होऊन पडले आहेत. हिंदुस्थानात या दोन्ही धर्मांनी संस्कृती व राष्ट्रीयत्वहीनता निर्माण केली आहे. खुद्द हिंदू धर्मालासुद्धा स्मृतिग्रंथांना तिलांजली द्यावी लागत आहे. तथापि, हिंदू संस्कृती ही केवळ एक-दोन ग्रंथांवर अगर एक-दोन विभूतींवर आधारलेली नसल्याने कोणताही बुद्धिवाद देशात उत्पन्न होवो, हिंदुजनांना आपले वाङ्मय, काव्य, वेदादि ग्रंथ, कला वगैरे संस्कृतीला पारखे व्हावे लागणार नाही. हिंदू संस्कृतीचे वैशिष्ट्य तर हेच आहे.

३० सप्टेंबर, १९३०

१. हिंदुस्थानचे दुर्भाग्य : काही अवतरणे

ज्ञानांजन नियोगी यांच्या 'इंडिया' या ग्रंथावरून 'प्रस्थान' या गुजराती मासिकात छोटालाल कामदार यांनी 'हतभागी हिंदुस्थान'च्या दुर्भाग्याला इंग्रजच कसे कारण झाले आहेत, हे दाखविणारी इंग्लिश लेखकांच्या अवतरणांची एक माळ प्रसिद्ध केली आहे. सुज्ञ इंग्रज हिंदुस्थानच्या विनाशाला आपणच कसे कारण आहोत, हे कबूल करताना दिसतात. सर्वच अवतरणे घेणे शक्य नसले, तरी प्राचीन व अर्वाचीन हिंदुस्थानाबद्दल योग्य ती कल्पना व्हावी व ज्याचे माप त्याच्या पदरी पडावे म्हणून काही खाली उद्धृत केली आहेत.

२. प्राचीन हिंद

- मेसिडोनियाच्या साम्राज्याची स्वारी हिंदुस्थानवर होण्यापूर्वी युरोप त्याला सुवर्ण, मोती, उंची वस्त्रे याचमुळे ओळखत असे.

  – जॉन कूपर

- हिंदुस्थान शांत व स्वसंरक्षित, स्वतंत्र व श्रीमंत होता. त्याला गरिबी माहीत नव्हती.

  – रॉस डेव्हिड्स

- काफूरच्या स्वारीत ६०० मण सोने, ७ मण मोती, २ मण हिरे, माणके, नील, १००० मण चांदी, ४००० रेशमाचे तागे व असंख्य वस्तू नेण्यात आल्या.

  – ओरिएंटल हेरल्ड

- केप ऑफ गुड होपपासून शांघायपर्यंत प्रत्येक बंदरात निरनिराळ्या तऱ्हेचा हिंदी माल मिळू शकतो.

  – मार्को पोलो

- बंगाल असा देश आहे, की त्याची संपत्ती अखूट आहे.

  – मेकॉल १७६१

- लंडन जसे विशाल, तसे मुरादाबाद वस्तीचे व धनाढ्य आहे. फरक एवढाच की, मुरादाबादचा कोणताही नागरिक लंडनच्या नागरिकांपेक्षा अधिक श्रीमंत आहे. त्यात लाखो रहिवासी आहेत. त्यांनी मनात आणले तर केवळ लाकूड व फत्तर यांनी ते युरोपियनांचा नाश करू शकतील.

  – क्लाइव्ह

३. कंपनी सरकारचे युग

- १७६५मध्ये बंगाल, बिहार, ओरिसा कंपनीच्या ताब्यात येताच प्राचीन महत्त्व, पैसा, वस्ती व कारागिरी यांनी उतरू लागला.

  – व्ह्यू ऑफ बेंगॉल

- प्लासी व वॉटर्लूच्या लढायांच्या दरम्यान हिंदुस्थानातून १ अब्ज पौंड इंग्लंडला गेले.

  – मेजर व्हिंगेट

- अशा तऱ्हेने कलकत्त्यातून पुष्कळ पैसा पाठविल्याने ३ कोट लोक कंगाल झाले.

  – मेकॉले

४. आजचे माबाप सरकार

- ज्या ठिकाणी देशी लोकांचा इंग्रजाशी विशेष संबंध येतो, त्या ठिकाणी ते अधिक चारित्र्यहीन व खराब होत जातात.

  – सर जॉन शोर

- अफिणीचा उपयोग पटवून उगवत्या प्रजेत त्याची आवड उत्पन्न करण्याचा बंगाल एजंटचा प्रयत्न यथास्थित चालला आहे.

  – कमिशनर मि. व्हाईट

- आपला कायदा, शिक्षण व राजवहिवाट हिंदी लोकांना चलाख, अधर्मी, कर्जखोर व लुच्चे बनण्याचे वळण देत आहे.

  – मि. कोस्ट, कलेक्टर

- व्यवस्था व भक्षणनीती हीच सरकारची दोन कार्ये आहेत.

– लॉर्ड कर्झन

- रोमन लोकांना इंग्लंड सोडावे लागले, तसे इंग्रजांना हिंदुस्थान सोडावे लागले तर तो देश ते अशा स्थितीत सोडतील की ज्यात शिक्षण, आरोग्य वा पैसा काही असणार नाही.

– सर डॅनियल हॅमिल्टन

५. इंग्रजांच्या राजनीतीचे सिद्धान्त

- हिंदू व मुसलमान, त्याचप्रमाणे देशी राज्ये यांना लढवूनच ब्रिटिश राज्याची स्थापना झाली आहे.

– इंटरनॅशनल स्टडी क्लब

६. बुलेटिन टोकियो, १९२५

- जातीविरुद्ध जात पक्षाविरुद्ध पक्ष झुंजविण्याची आपली नीती असली पाहिजे.

– वेस्ट मिस्टर रिव्ह्यू, १८५८

- हिंदुस्थानात आपली सत्ता दृढ केली पाहिजे, तर प्रत्येक राजकीय संस्था व सामाजिक रीतिरिवाज आपण ठेचली पाहिजे.

– धि टाइम्स, २१ जून १८५७

मला वाटते, वरील अवतरणांवर भाष्य न लिहिताच सुज्ञ वाचकांपुढे प्राचीन हिंद व आजचा माबाप सरकारच्या ताब्यातला हिंद यांचे चित्र उभे राहील.

७ ऑक्टोबर, १९३०

✧

१. शर्विलक गीता?

शर्विलक गीता म्हणून एखादा ग्रंथ आहे की काय समजत नाही; परंतु चोरांच्याही नीतिविषयक काही कल्पना असाव्यात व विशिष्ट मर्यादेपर्यंतच चौर्यकर्म क्षम्य असे त्याचे मत असावे. तसे नसते तर परवा युगेस्लाव्हेकियात पोडगेरिकातील एका दुकानावर सुमारे १००० पौंडाच्या लुटलेल्या मालातून फक्त चार शिलिंग आपल्या खर्चाकरिता ठेवून बाकी माल चोरांनी व्यापाऱ्यांच्या बगिच्यात आणून ठेवला नसता. ही क्षुद्र रक्कमही अत्यंत निकडीमुळे घेण्यात आणि बाकी माल परतण्यात आला, तेव्हा व्यापाऱ्याला तक्रारीला फारशी जागा नाही, असे चोरांनी एका चिठ्ठीत लिहून ठेवले होते.

२. चोर : अस्सल व संभावित

अस्सल चोर निदान संभावित चोर या चोऱ्या आपल्या पंक्तीत घेण्याला सुतराम तयार होणार नाहीत. कारण, काळ-काम-महत्त्व हे रोजमुऱ्याचे अर्थशास्त्र चोरांना लागू नाही. चौर्यकर्म करावयाला बुद्धी, शारीरिक श्रम व संकर संभव ही सारखीच उपयोजावी लागतात. आधुनिक रशियाही असल्या स्किल्ड लेबर-चतुर श्रमाचा मोबदला चार शिलिंगाच्या मोलाने ठरविणार नाही. 'पोटापुरते देई' हे तत्त्व तुकारामांसारखे संत अगर मार्क्सभक्त यांना असेल. पण, शर्विलक वर्गाला तेच लागू करण्यात या चोरांनी चोरांच्या अर्थशास्त्रात क्रांती करावयाची ठरविलेली दिसते. हिंदुस्थानातील सहा प्रांतांत काँग्रेस मंत्री झाल्यामुळे रूढ अर्थशास्त्राला असाच धक्का बसला असल्याने त्यांची तुलना या मंत्र्यांशीच करावी लागेल.

३. बालवीर चळवळीची पुनर्घटना

लॉर्ड बेडेन पॉवेल या वृद्ध कपीच्या उद्‌गारांनी हिंदुस्थानातील राजा-देव-देशसेवेची प्रतिज्ञा करणाऱ्या बालवीर गणांत बरीच खळबळ उडाली. बेडेन पॉवेलला या सुसंघटनेने साम्राज्याची मोठी सेवा झाली म्हणून लॉर्डशिप देण्यात आली, तेव्हाच मर्मज्ञांच्या मस्तकात या चळवळीचे राजनिष्ठ स्वरूप यावयास हवे होते. निदान आता पं. जॉर्ज अरुंडेल यांच्यासारख्या मान्यवरांनी या बाबतीत लक्ष घालून साम्राज्य सेवेच्या बंधनाची गाठ उलगडून बालवीर चळवळीला राष्ट्र व देवसेवाप्रवण करण्याकडे त्याचे जे प्रयत्न चालविले आहेत ते स्तुत्यर्हच असले पाहिजेत. कोणत्याही चळवळीकडे मानअपमानाच्या दृष्टीने पाहण्याची आमची वृत्ती नसावी. त्यामुळे बालवीर संघटनेची त्रीपिटिक आदी सहजपणे कधीच अभ्यासली नाही. देवसेवा हे अलीकडच्या काळात न उकलणारे गूढ होऊन बसले होते. हे जाणणाऱ्यांच्या शक्तीप्रमाणे लवचीक ठरते. पण या चळवळीतील राष्ट्रसेवा ही आंतरदेशीय बंदुकाच्या भावनांचे वर्धन ही तीनच तत्त्वे घेऊन सेवासमितीच्या पद्धतींवर या चळवळीची पुनर्घटना व्हावी व महात्मा गांधी अगर रवींद्रनाथ ठाकूर यांच्यासारख्या वंद्य विभूतींकडे अग्रस्थाचे स्थान जावे, हेच योग्य आहे. मुंबई व मद्रास या प्रांतांच्या प्रमुखांनी भारतीय मुख्य विभागाकडे केलेली मागणी व अरुंडेलसारखे लोकनायक यांच्या प्रयत्नांमुळे आमच्या चिमुकल्या बालवीरांचे राजनीतीत गुरफटलेले पाय बाहेर निघतील व फॅसिस्ट देशातील बालवीर संघटनेप्रमाणे आमचे विद्यार्थी देशाची सक्रिय सेवा करणारे खरोखरचे वीर होतील, अशी तूर्त आशा करणे अयोग्य नाही.

४. सूतकताईपलीकडचा ग्रामोद्योग

सध्या ग्रामोद्योग ही आमच्या जिव्हाग्रावरील मंत्रवाणी झाली आहे. परंतु, ग्रामोद्योगाचे स्थान विशिष्ट स्वरूप अजून निश्चित झालेले नसल्याने, शाळा व तुरुंग यांतील हातांनी चरखा फिरवणे व सूत कातणे यातच त्याचा अंत होईल, अशी भीती वाटते. कोकणच्या भूमीचा विचार करून त्यात अल्पश्रमाने व खर्चाने कोणत्या वनस्पती तयार होतील व त्याचा खेडुतांना कोणता फायदा करून घेता येईल, याचा कृषी शास्त्रज्ञांनी विचार करणे जरूर आहे. इलेस्ट्रेटेड वीकलीच्या १५ ऑगस्टच्या अंकात दुर्लक्षित बांबूवर आलेले एक स्फुट उदाहरणार्थ घेण्यास हरकत नाही. कोकणातील पुष्कळशा भागांत शेतीला, निरुपयोगी जमीनच पुष्कळ असून डोंगर, दऱ्या, ओसाड जमिनी यांचाही प्रांतिक उत्पन्नाकडे उपयोग करून घेणे जरूर आहे. चीन, जपान, ब्रह्मदेश हे बांबूचा सर्वांत व सर्व प्रकारे अधिकात अधिक उपयोग

करून घेतात. कोकणात वीस-पंचवीस वर्षांपूर्वी बांबूची बेटेच्या बेटे दिसत. अजूनही या बाबतीत पद्धतशीर लागवड करणे अशक्य होईल काय?

५. भोळेपणाचे अस्थानी दर्शन

विसाव्या शतकाचा मध्य होत आला व विज्ञानाचे स्थान निश्चित झाले, तरी आमच्या भोळेपणाचे वेळीअवेळी प्रदर्शन करण्याचा मोह आम्हाला टाळता येत नाही. परवा, कराचीला शिवाजी गणेशच्या चाळीजवळ एक मारुती अचानक प्रकट झाल्याचे तेथील दोन्ही मराठी पत्रांनी ठळकपणे प्रकाशित केले आहे. मारुतीच्या दर्शनार्थ शेकडो लोकांचा मेळा जमू लागला व तेथील मराठी लोकही भाविकपणात कोणत्याही अन्य जमातीला हार गेले नाहीत. परंतु, आता अशी वदंता ऐकू येऊ लागली आहे की, बलभीम महाराजांनी प्रगट होऊन भक्तांना दर्शन देण्याकरिता जी जागा शोधून काढली, ती पूर्वी आजूबाजूच्या लहान मुलांची सकाळच्या सोयीची जागा होती. एखादे पवित्र स्थान निवडून न काढता मारुतीला हीच जागा पसंत पडण्याचे कारण त्या रस्त्याने जाणाऱ्या लोकांना उपरण्याचे टोक नाकाला लावावे लागे. आता तिथे धूप, कापूर जळू लागल्यामुळे हा मारुती झाडून-झाडून कंटाळलेल्या भंग्याच्या अगर दुर्गंधीने कंटाळलेल्या एखाद्या शेजाऱ्याच्या कल्पक डोक्यात प्रथम अवतीर्ण झाला, अशी मात्र यावरून कोणी कल्पना करून घेऊ नये! तसे झाले तर दैवी चमत्कार, मारुतीचा साक्षात्कार, स्वयंभू अवतरण वगैरे शब्दांचे मंदिर फुंकारानेही जमीनदोस्त होईल व भाविकपणाचे ढोंग मोडून चूर होईल!

७ सप्टेंबर, १९३७

✧

१. गोवधशाळा

लाहोर येथे केंद्र गोवधशाळा बांधावयाला सुरुवात केल्यापासून पंजाबात व इतरत्र मुख्यत: जोराचा निषेध सुरू झाला आहे. या वधशाळेत दररोज दोनशे ब्याण्णव गाईंचा खुर्दा करण्यात येणार असून एकाच वेळी ४२० गाईच्या माना वेगळी करण्याची यांत्रिक सोय गोऱ्या सोजिरांच्या मायसरकारने केली आहे. गोऱ्या सोजरांना शेळपट व अजागळ मेंढ्यांचा खुराक देण्याऐवजी मारक्या बैलांच्या – हो, कारण सध्यातरी गायी मारण्याचा सरकारचा विचार नाही– खुराक दिल्याने दर वर्षी तीन लाखांची बचत होईल व शिवाय वृषभमांसाने गोरी सोजिरे वृषभासारखीच पुष्ट व रणातुर होतील असा यात उद्देश असावा. बिचाऱ्या पंजाबातील सर्व नद्यांचे पाणी आटल्याचा देखावा मात्र आताच दिसू लागला आहे. कारण, किमान २९२ बैल दररोज पुरवण्याची जबाबदारी आता पंजाबावर पडली असून, या प्रमाणात जर बैलांची रवानगी गौरकाय-रणवीर-उदरात होऊ लागली, तर व्हॉईसरॉय साहेबांच्या म्हणण्याप्रमाणेच, 'हिंदी शेतीचा पाठकणा' असणारे बैल पंजाबातून थोड्याच वर्षांत नाहीसे होतील व 'घोडा घोडा म्हणतात तो हाच काय' असे विचारणाऱ्या आश्रमवासी बटूंप्रमाणे पुढे एखाद्या चुकारू उरलेल्या बैलाकडे पाहून पंजाबवाल्यांनाही विचारावे लागेल की बैल बैल म्हणतात, तो हाच काय?

२. लोकमत शक्ती

तीन लाखांची बचत व गोऱ्या लोकांचे लाख हे सरकारला हिंदी जनतेच्या भावना व शुद्ध आर्थिक भय यापेक्षाही अधिक वाटावे यात बैलबुद्धीपेक्षा अधिक तैलबुद्धी नाही; कारण हिंदी लष्कराची गणती पाहिली तर त्यात ५० हिंदू, ३३ मुसलमान, १७ शीख अशी भरती आहे. पैकी हिंदू व शीख तर गोमांसाला स्पर्शही करणार नाहीत. मुसलमानांना गोमांस निषिद्ध नसले, तरी फारच थोडे मुसलमान

गोमांस आहारी आहेत. हिंदुस्थानातील मुसलमान सहसा गोमांस खातच नाहीत. उलट, बहुसंख्य मुस्लीम प्रांतांत गोरक्षक मुसलमानांची संख्याच अधिक आहे. पंजाबातही हिंदू-शिखांप्रमाणे मुसलमानही या वधशाळेचे कट्टर विरोधी आहेत, ही एकच गोष्ट याबाबतीत सांगणे पुरे. इतके असूनही सांप्रतच्या बैलवर्धक व्हॉईसरॉयांच्या कारकिर्दीत ही वृषभवधाची योजना अमलात यावी यावरून सरकारचे बोलण्याचे तोंड व खाण्याचे तोंड ही वेगवेगळी असावीत, अशी शंका येऊ लागते. या वधशाळेमुळे पूर्वी अनेक प्रांतांतून येणारा पुरवठा आता एकाच प्रांताला व तशांतही कृषिप्रधान अशा पंजाबाला करावा लागणार आहे ही खेदाची गोष्ट आहे; परंतु अशा गोष्टीच अजून हिंदुस्थानात परक्या सरकारचे राज्य आहे, लोकमताची किंमत शून्य असे दाखवीत असल्यामुळे ही शाळा एकपरी जागृतीकारक झाली आहे. जोवर सरकारला नमविण्याची शक्ती लोकमतात नाही, तोवर दुबळ्या लोकमताला किंमत कसली?

३. राजकीय मताला ज्ञानपूरक अस्तर हवे

अलीकडे मराठी वर्तमानपत्रांत नवनीतिवाद, मार्क्सवाद, गांधीवाद, राष्ट्रीय सोशालिझम, कम्युनिझम, चौहानिस्टिक समतावाद हे आणि अशा प्रकारचे अनेक नववाददर्शक शब्द येऊ लागले असून, त्यात ट्रॉडस्किइस्ट पंथ, रॉयिस्ट पंथ वगैरे अनेक सूक्ष्म फेरफारांच्या पंथांचाही निर्देश होऊ लागला आहे. राज्य व अर्थशास्त्राच्या पंडितांची व नवीन-नवीन निघणाऱ्या राजकीय तत्त्व पुरस्कर्त्यांनी पुस्तके इंग्रजीतून वाचणाऱ्या वाचकाला हे शब्द बिचकवत नसले, तरी शुद्ध मराठीपुरतेच मर्यादित वाचन असणाऱ्या अनेक वाचकांना आधुनिक राजकारणातल्या बारकावे समजत नाहीसे झाले आहेत. कारण या वादप्रश्नांची मूर्त व सूक्ष्म स्वरूपे सोडली, तरी सर्वसाधारण वाचकाला किमान स्थूल कल्पना असल्याखेरीज अलीकडचे राजकारण समजणार नाही. या वादांवर मधून-मधून एखादे पुस्तक निघाले, तरी सर्वसाधारण वाचकांची बौद्धिक व आर्थिक ग्रहणशक्ती लक्षात घेऊन सुसूत्र व सानुक्रम अशी एखादी पुस्तिका-माला निघाल्याखेरीज वाचकाचे अज्ञान दूर होणार नाही. नवभारत व सुविचार ग्रंथमालांप्रमाणेच चार-सहा आण्यांच्या दरात बसणारी व या तत्त्ववेत्त्यांनीच लिहिलेली लघुग्रंथावलीची अत्यंत जरुरी आहे. काँग्रेसतर्फे निघणारी प्रचारपत्रके अजून शहरांतही सर्वत्र फैलावलेली नाहीत; परंतु अशा प्रकारची ग्रंथमाला खेड्यापाड्यांतून जाऊ शकली, तर राजकीय मताला ज्ञानपूर्वक पुरस्कारांचे अस्तर लाभेल व मतामतांच्या पंथांनाही मजबुती येईल. इंग्रजीत खिसा वाचनालय, पेनीग्रंथमाला, थिंकर्स लायब्ररी, धी पीपल्स बुक्स अशा अनेक माला असून अत्यंत गहन वादही त्या स्थूल स्वरूपात बरोबरी पोहोचवीत आहेत.

२१ सप्टेंबर, १९३७

बहुरत्ना वसुंधरा

रत्न १

डायरेक्ट मेथड

म्हणे 'डायरेक्ट मेथड'ने शिकवा! काढतात एक-एक नवी नवी खुळे झाले! आमच्या वडिलांच्या वेळी कुठे होती डायरेक्ट मेथड? पण त्यांना चांगली स्टेशनमास्तरकीची नोकरी मिळालीच की नाही? त्यांची तीन भाषांतरेच झाली होती; पण एकदादेखील आगगाडीची टक्कर स्टेशनात झाली नाही!

अरे, डायरेक्ट मेथड वर्गात उपयोगी पडणार नाही तरी कशी? वाव शब्द शिकवायला मास्तरने सर्कस का काढावयाची आहे? म्हणे वस्तू मिळत नाही तर चित्र वापरा. कागदावरचा आंबा चोखून कधी कुणाचे पोट भरणे शक्य आहे काय? बरे प्रत्येक वस्तूचे चित्र काढायचे तर इंग्रजीच्या मास्तराऐवजी ड्रॉइंगमास्तरच त्या कामाला नेमावा म्हणजे झाले.

न् आमच्या तात्यापंतोजींच्या शिक्षणात डायरेक्ट मेथड नव्हती असे म्हणण्याची कुणाची छाती आहे? छडी वाजे छम् छम् विद्या येई घम् घम् ही अस्सल आर्य डायरेक्ट मेथडच होती. हात व छडी यांचा तिथे साक्षात संबंध येत असे. ती पद्धत दिली सोडून न् लागले टेबलावर भातुकलीचा खेळ मांडून मुलांना शिकवायला!

'मी मरतो' हे डायरेक्ट मेथडने कसे मुलांना शिकवायचे? मास्तर खरोखरीच मेला तर लढता लढता मरणाऱ्या वीराप्रमाणे हा शिकविता शिकविता मेला अशी त्याची कीर्ती होईल खरे; पण हा शब्द शिकविता शिकवितांच सगळे मास्तर कैलासवासी झाल्यावर मग विद्यार्थ्यांचे पुढील शिक्षण बंद पडेल याची काय वाट? घरातली पोरे दंगा करतात, कपबशी फोडतात; रात्री रडतात, त्यांना कोण शिकवायला गेला होता डायरेक्ट मेथडने! अरे बाबा, शिकणे हे कामच निराळे आहे. इंग्रजांना

म्हणावे, स्वराज्य कसे मिळवायचे हे तुम्हीच डायरेक्ट मेथडने आम्हाला एकदा शिकवा! खूब पगारांच्या लोकांना डायरेक्ट मेथडचा देवचार उठवायला काय जाते? ३०-४० रुपयांत पाच-सात कच्च्याबच्च्यांचा संसार कसा करावा हेच आम्हाला आधी डायरेक्ट मेथडने शिकवा म्हणावे राजेश्री!

२६ जून, १९२८

रत्न २

पूर्वतयारी

काय मांडले आहे म्हणता हल्ली? अहो, गाणे शिकण्याची पूर्वतयारी चालली आहे हो. हो, कोणतीही गोष्ट करावयाची म्हणजे ती सशास्त्र झालेली बरी! गाणाऱ्या लोकांत खानसाहेब बरेच असतात म्हणून ही दाढी तर वाढवायला सुरुवात केलीच आहे. झालो गवई तर ठीकच आहे. नाही तर रवींद्रासारखा कवी व्हायला तर काही हरकत नाही?

गाण्यात सप्तसूर असतात म्हणे! तेवढ्यासाठी तर हल्ली आट्यापाट्या खेळायला जाऊ लागलो आहे. न् पाटी सांभाळायला आपण नाही कबूल. सूरच धरतो तिथे – 'सूर चनन कितकित'देखील खेळणार होतो; पण मला कुठे ख्याल-टप्पे न् ठुंबऱ्या म्हणायच्या आहेत. आपला साधा खाँसाहेबी खाक्या!

एवढा मी चहाभक्त ना! पण दिला चहा सोडून या गाण्याच्या नादासाठी गाण्यात कुठेच 'चहा' राग नाही. आता सध्या नुसती कॉफी पीत असतो. निदान कॉफीतली पदे तरी म्हणता येतील की नाही. फळामध्ये कलिंगडे न् देवांमध्ये काळभैरव एवढेच सध्या आवडतील अशी व्यवस्थाही करणार आहे.

राव, खरे गाणे असे काय वाटेवर पडले आहे? म्हणतात ना, सशाच्या शिकारीला सिंहाची तयारी करावी लागते. मग सिंहाच्या शिकारीला किती केली पाहिजे ते तुम्हीच सांगा ना! अहो गळा गोड व्हावा म्हणून किती उपाय करीत आहे मी! डोकीला गंधर्वकॅप घालतो, शर्टची कॉलर तर पेंढारकरी पद्धतीची आहेच! शिवाय घरात दहा-पाच कोकिळा बाळगल्या आहेत त्या निराळ्याच. जिनतानच्या गोळ्यांचे महिन्याचे बिल होते १५-२० रुपये.

अजून कितीतरी गोष्टी करावयाच्या राहिल्याच आहेत. तेवढ्या झाल्या म्हणजे तोंडातून आ काढणार. पहिली गोष्ट चित्ररथ गंधर्वांचे चरित्र वाचायचे, न् दुसरी तानसेनाचे वर्षश्राद्ध करायला लागायचे! त्यानंतर प्लँचेटवर तानसेनला बोलवायचे न् तो ज्या स्वर्गात बनवलेल्या नव्या चिजा गाऊन दाखवील त्या टिपून घ्यावयाच्या. शिवाय, घरात १०८ गवयांचे फोटो लावून त्यांना दररोज गंधर्व नमस्कार घालण्याची

योजना आहे ती निराळीच! माझ्या पहिल्या गाण्याला अगदी अवश्य या हं – हो, तुमच्यासारख्या मित्रमंडळींवाचून गाण्याला मजा कसा येणार? माझे गाणे माझ्या हयातीतच होईल बहुधा! नाहीच झाले, तर ही पूर्वतयारी एखादी भावी तानसेनाला उपयोगी पडेलच की नाही?

३ जुलै, १९२८

रत्न ३

साहित्य व स्वराज्य

काय म्हणता? तुमच्या मासिकाचा वर्गणीदार होऊ? अहो, देश पारतंत्र्यसागरात बुडाला असताना चहाच्या पेल्यात निमग्न होणाऱ्या तुमच्या गोष्टींचा काय उपयोग आहे? त्या चहाच्या पेल्यापेक्षा बटलर कमिशनच्या साक्षीपुराव्याकडे पाहा. म्हणे अमुक नाटकावर टीका आली आहे. ती फार चांगली आहे. पण सद्‌गृहस्थ हो, या टीकेचा सरकारवर काही परिणाम होणार आहे का? तुमच्या गीतारहस्यापेक्षा असेंब्लीच्या कामकाजाच्या रिपोर्टाचीच देशाच्या तरुण पिढीकडून पारायणे व्हायला पाहिजेत. नाटकांनी फसण्याइतके सरकार काही दूधखुळे राहिले नाही आता, न् ती नाटके तरी कसली? तर म्हणे सामाजिक! काही ढाल, तरवार, रक्तपात, मुडदे दाखवाल की नाही. देशातील तरुण पिढी नुसती मर्द पाहिजे. उठता टक्कर न् बसता चक्कर – चक्कर म्हणजे भोवळ नव्हे हं – असा तिचा कार्यक्रम पाहिजे.

कसली करतात लेकाचे गीताजयंती? सेंडलर-कमिशन-रिपोर्ट-जयंती करा म्हणावे. अमुक ग्रंथाने म्हणे मराठी वाङ्मयात महत्त्वाची भर पडली आहे. देशाच्या संपत्तीत पडली आहे की नाही? काय उद्योगधंद्याचे कारखाने निघाले की कार्यकारी मंडळांतल्या हिंदी सभासदांच्या जागा वाढल्या की झाले तरी काय? बसून परदेशी कपड्यांपेक्षा आमच्या या वाङ्मयाचीच होळी करून टाकली पाहिजे. त्यावाचून तरुण पिढीचे लक्ष स्वराज्याकडे लागावे तसे लागणार नाही.

१७ जुलै, १९२८

कल्पनातरंग

✧

१. अति झाले की...

देवाच्या प्रसादाची साखर गुरवाने दिली व मी तोंडात टाकली; पण तो साखरेचा बकणा गोड लागण्याऐवजी तो घशाखाली उतरताच मळमळल्यासारखे वाटू लागले. असाही विचार मनात आला, की देवाने माझी बेगडी श्रद्धा ओळखली व त्यामुळेच हा प्रसाद गोड लागला नाही; पण दुसऱ्याच क्षणी त्या मळमळण्याचे खरे कारण कळून चुकले. साखर गोड ही गोष्ट पृथ्वी वाटोळी आहे या सिद्धान्ताइतकीच सत्य आहे हे खरे; पण तिची गोडी ती चिमटीने खाण्यात! मुठीने खाऊ लागले तर उलट ओकारीच यायची! अति झाले की गोडाची गोडीदेखील जाते.

२. दोषमुक्ती

अनुप्रासांचा अतिरेक झाला, की भाषा कृत्रिम होते. कोट्याकल्पनांचे पूर आले की त्यात सुबोधपणा वाहून जातो. नुसता व्यायामच व्यायाम केला तर गाडी अंगावरून नेण्याइतकी शक्ती येते. पण, गाडीला जोडले जाण्यापलीकडे अधिक योग्यता जगाला दिसत नाही. उलट, पुस्तकांचे भारेच्या भारे पालथे केले तर डोके म्हणजे उत्कृष्ट विचारांचा जामदारखाना बनतो; पण ते विचार जगात पसरायला जी चळवळ करावी लागते, ती करण्याचे सामर्थ्य हातापायांत उरत नाही. प्रख्यात अमेरिकन लेखक एडगर पो याच्या एका गोष्टीत आपल्या कलेत तन्मय झालेल्या एका चित्रकाराचे वर्णन आले आहे. हृदयदेवतेच्या सौंदर्याने चित्रदेवता सजविण्याकरिता तो बसला; पण चित्रदेवतेत तो इतका तल्लीन होऊन गेला की, हृदयदेवता निर्जीव होत चालल्याचे त्याला भानही राहिले नाही. काव्य व व्यवहार, निवृत्ती व प्रवृत्ती इत्यादी जोड्यांतील हाडवैर मनुष्यमात्राच्या या एकाच प्रवृत्तीमुळे उत्पन्न झाले आहे. साखर पुष्कळ खाल्ली तर तिची गोडी जाते हा अनुभव मनुष्यप्राणी जर कधीही विसरणार नाही, तर जगातील अनेक दुःखदायक दोष कमी होण्याचा संभव आहे.

२३ जुलै, १९२९

स्फुट सूचना

✧

राष्ट्रीय भाऊबीज

प्रो. कर्वे यांचे नाव माहीत नांही असा सुशिक्षित महाराष्ट्रीय आढळल्यास तो १९०० साली निजला असून आता दोन तपांनी जागा झाला आहे, असे अनुमान बिनदिक्कत बांधावे. 'एक ना धड भाराभार चिंध्या' करून व क्वचित त्या स्वार्थाच्या तेलाने चोपडू न देता, भक्तीच्या अंबाबाईच्या पुढे गोंधळ घालणारे देशभक्त शेकडो आढळतात; पण स्वीकृत कार्य ध्रुवाच्या एकनिष्ठतेने व भगीरथाच्या उद्योगप्रियतेने करणारे कर्मवीर कर्वे विरळच! पुरुषी थाटाचे शिक्षण सरसकट सर्व स्त्रियांना दिल्यास ते पुरुषांच्या पोषाखाइतकेच त्यांना शोभिवंत व उपयुक्त होईल. तथापि, शिक्षणाची उपेक्षा करून राष्ट्रोद्धार करणे हे पायावाचून सातमजली इमारत बांधण्याइतकंच हास्यास्पद आहे. हे दोन्ही अतिरेक कुशलतेने टाळून कर्व्यांनी स्त्रीशिक्षणाचे बीज पेरले. आज त्याला महिला विद्यापीठाचे फळ लागले आहे. व्यवहाराप्रमाणे विद्यालयातही पैशांवाचून पान हलत नाही हे ध्यानात आणून, भाऊबीजेची ओवाळणी म्हणून प्रत्येकाने त्याच्या संस्थांना यथाशक्ती मदत करणे अगत्य आहे. देशभगिनींना सुशिक्षित करण्याच्या कामी खर्च झालेला पैसा सुपीक जमिनीत पेरलेले बीजच होय. दिवस कठीण आले आहेत. हे अशा विनंतीला मिळणारे उत्तर काही खोटे नव्हे; पण व्यक्तींना कठीण वाटणारे दिवस संस्थांना अत्यंत कठीण असतात, हे लक्षात ठेवले पाहिजे. पाण्याचा दुष्काळ पडला म्हणून संध्या करताना सूर्याची अर्घ्ये काही संपुष्टात आणावयाची नाहीत. महाराष्ट्राला भूषणभूत झालेल्या कर्व्यांच्या संस्थांचा सावंतवाडी संस्थानाकडून भाऊबीजेला योग्य परामर्श घेतला जाईल, अशी आम्हाला आशा आहे.

येते साहित्य संमेलन

सावंतवाडी संस्थानाने वाङ्मयावर बहिष्कार टाकला नसला, तरी त्याचा पुरस्कारही केलेला दिसत नाही. अव्वल दर्जाचा एकही शारदाभक्त अगर साहित्यसेवक

गेल्या ३०-४० वर्षांत संस्थानांत उत्पन्न झाला नाही (धंद्यानिमित्त बाहेर जाऊन तेथेच स्थायिक झालेल्या व्यक्तींवर अर्थातच आमचा हक्क पोहोचत नाही.). कै. दडकर, वि. जि. नाडकर्णी, वि. कृ. नेरुरकर, केणी, आठलेकर अशी काही नावे डोळ्यांपुढे उभी राहतात; पण त्यांतील बहुतेक हौशी लेखक असल्यामुळे व महाराष्ट्र जनतेला ओढून घेण्याइतके लेखनकौशल्य त्यांच्यापैकी कोणी दाखविले नसल्यामुळे या बाबतीत सावंतवाडी नापीक आहे की काय अशी परस्थांना शंका येणे साहजिक आहे. समाजवारीतील रुधिराभिसरण वाङ्मयाच्या साहाय्यानेच चालते असे असता या निरुपद्रवी; पण अत्यंत उपयोगी अशा अंगाची वाढ संस्थानात का खुंटावी? कारण काहीही असो, यापुढे आळस झाडून कामाला लागले पाहिजे. देवात ज्याप्रमाणे पंढरीचा विठोबा, त्याप्रमाणे संस्थांत महाराष्ट्र साहित्य संमेलन. ही अशी संस्था आहे, की तिच्या आवारात कुणालाही मज्जाव नाही अगर तिच्या सेवेत भयभीती बाळगण्याचे कारण नाही. नागपूर येथे लवकरच भरणाऱ्या अकराव्या स्नेहसंमेलनाला सावंतवाडीतर्फे एखाद्यातरी प्रतिनिधीने जावे व महाराष्ट्र शारदेच्या चरणी सावंतवाडी आपली फुलाची पाकळी वाहील, हे कृतीने दाखवावे, असे आम्हाला वाटते.

२९ ऑक्टोबर, १९९४

आपटे स्मृतिदिन

मराठी कादंबरीकारांचे अग्रणी हरिभाऊ आपटे दिवंगत झाल्याला आज बरोबर अर्धे तप झाले. रजपूत राजांना आपली वंशावळ मागे हटविता हटविता चंद्रसूर्यापर्यंत नेऊन भिडविण्याची हौस असते. त्याचप्रमाणे, सामान्य लोकांना प्रख्यात पुरुषाचा संबंध आपल्या जन्मभूमीशी लावण्यात आनंद होतो. पालीला आपट्यांचे कुलदैवत असून निधनापूर्वी काही वर्षे ते त्याच्या दर्शनासाठी आले होते हे अनेकांना माहीतही नसेल. सव्यसाची साहित्यसेवक व कर्तव्यदक्ष नागरिक या नात्याने त्यांनी अमोल कामगिरी केली असली, तरी त्यांच्या प्रज्ञासंपन्न कादंबऱ्या हेच त्यांचे चिरकालीन स्मारक होय. बहिरंगाचा नोकझोक व लखलखाट यांचा वाचकांच्या पिढीच्या उड्या पडत असल्यामुळे कृतज्ञताप्रणिपात! व्यासंगपूर्वक अध्ययन इत्यादी बाबतींत हरिभाऊंकडे द्यावे तसे लक्ष लोकांनी अद्यापि दिले नाही. त्यांच्या स्मारकाची खटपट सुरू होऊनही अनेक वर्षे उलटली; परंतु अद्याप दृश्य असे काही रूप त्याला आलेले नाही. कोकणपट्टीत सटरफटर कादंबऱ्यांच्या मालांना आज भरपूर गिऱ्हाईक आहे; पण आपटे-स्मृतिदिन मात्र कुणाच्याही स्मरणात नाही! याचा अर्थ कोणास उघड करून सांगावयास नकोच!

३ मार्च, १९२५

नित्य व नैमित्तिक जुगार

आमच्या संस्थानात चालू असलेल्या जुगाराचे नित्य व नैमित्तिक असे दोन प्रकार करता येतील. यांपैकी जत्रांच्या वगैरे प्रसंगी चालणाऱ्या नैमित्तिक जुगारासंबंधाने आम्ही यापूर्वी अनेकवार लिहिले असून सबंध संस्थानात जुगारबंदीचा कायदा लागू केल्याशिवाय हा प्रश्न समाधानकारक रीतीने सुटणार नाही, असेही सुचविले आहे. त्याप्रमाणे, या संस्थानाला जुगारबंदीचा कायदा लागू केला जाईल, अशी आम्हास आशा आहे. दुसरा प्रकार नित्य जुगाराचा. लॉटरीच्या रूपाने चालतो तो नित्यप्रसारक जुगारच! संस्थानात जुगाराचा सारखा धुडगूस सुरू आहे. लॉटरीची तिकिटे घेऊन पैसा मिळवणे नीतिबाह्य आहेच; पण याशिवाय एका अनैतिक गोष्टीपासून दुसऱ्या त्याच प्रकारच्या किती गोष्टी चालत येतात हे जाणून घ्यावयास येथे काही महिन्यांपूर्वी लॉटरीच्या बाबतीत चाललेले खटले पुरेसे आहेत. संस्थानच्या हद्दीस लागून असलेल्या गोवा अमलात या लॉटरीचे अतिशय मोठे पीक निघते व तेथील सरकार लॉटरीवरील करही आपल्या उत्पन्नाची मोठी बाब समजते. पगाराच्या दिडी-दुपटीने पेन्शन देणाऱ्या गोवे सरकारला आपले उत्पन्न वाढविण्यास याहून चांगला मार्ग कदाचित आढळला नसेल; पण लॉटरी गोव्यात चालते, म्हणून तिचा संस्थानात प्रवेश होऊ देण्यात आपण स्वत:च्या पायावर धोंडा पाडून घेत आहोत, यात शंका नाही. आपल्या संस्थानात लॉटरी उघडू न देण्याच्या दक्षतेबरोबरच परप्रांतीय लॉटरीचा प्रसारही होऊ न देण्याची खबरदारी येथील अधिकाऱ्यांनी घेणे आवश्यक आहे.

२७ जानेवारी, १९२५

✧

रसवंती

आधुनिक कवितेची रास कोणती आहे, हे आम्हाला माहीत नाही; परंतु सध्या मासिकातून अगर पुस्तकरूपाने प्रसिद्ध होणारी काव्याची रास पाहिली, म्हणजे तिला उच्चीचे ग्रह आले आहेत, असं वाटल्यावाचून राहत नाही. कोकण काव्याच्या बाबतीत नापीक आहे असे नाही. विद्यमान मराठी कवींत ज्यांची प्रामुख्याने गणना करता येईल, असे चार-पाच कवी तरी कोकणात आहेत. कोकणात वाङ्मयविषयक चळवळी विशेषत: नसल्यामुळे मालवणचे रा. गं. दे. खानोलकर यांनी कोकणच्या कवींचा एक निवडक काव्यसंग्रह करण्याचा जो उपक्रम जाहीर केला आहे, त्याचे आम्ही अंत:करणपूर्वक अभिनंदन व स्वागत करतो. हा संग्रह वैशिष्ट्यदर्शक व्हावा म्हणून कोकणातील ऐतिहासिक स्थळे, संस्मरणीय व्यक्ती व रमणीय सृष्टिसौंदर्य आपल्या कल्पनावैभवाने नटविणाऱ्या कवितांचा समावेश करण्याचा संपादकांचा विचार मार्मिक आहे. कै. दडकर, देवस्थळी, नेरुरकर, शारदाश्रमवासी, कुमार, केणी इत्यादी कवी संस्थानातील असल्यामुळे या संग्रहालय संस्थानालाही एक प्रकारचा आपलेपणच वाटेल. कोल्हटकर मंडळामार्फत हा संग्रह प्रसिद्ध होणार असल्यामुळे एका वाङ्मयीन प्रयत्नाला दुसऱ्याचे पाठबळ मिळून दुधात साखर पडेल. पुण्याला जानेवारीपासून 'रसवंती' नावाचे मासिक निघू लागले असल्यामुळे या संग्रहाचे तेच नाव असण्यापेक्षा दुसरे ठेवलेले बरे असे आम्हास वाटते. जन्मावयाच्या आधी पुस्तकाचे बारसे होत असते; त्यात दत्तविधान होऊन दुसरे नाव ठेवले म्हणून त्याला थोडेच वाईट वाटणार आहे!

२० जानेवारी, १९२५

शेतकीशिक्षण

उत्तम शेती मध्यम व्यापार व कनिष्ठ नोकरी ही म्हण एके काळी हिंदुस्थानात सार्थ होती. पण दैवयोगाने नोकरीचा बाध्याचा पाग्या झाला व त्याच्या येळकोटात शेतीपासून लाभणारे स्वातंत्र्य व फायदे लुप्त झाले! 'सेवा श्ववृत्तिराख्याता' असे म्हणण्याऐवजी नोकरीला इंद्रपदाची उपमा देण्यात येऊ लागली. नागरापेक्षा तागडी व तागडीपेक्षा लेखणी हे मोठे दैवत वाटू लागले व नोकरीपेशाची आळशी आवड प्रमाणाबाहेर वाढली. देशाच्या आजच्या दु:स्थितीच्या अनेक कारणांपैकी शेतीचा वाहता झरा, उद्योगधंद्यांची नदी अगर व्यापाराचा समुद्र यांच्याकडे पाठ फिरवून नोकरीचे साचलेले पाणी पिण्याची लोकांना लागलेली सवय हे एक आहे. इंग्रजी शाळेत चार-दोन वर्षे काढून घरी बसणारी व पूर्वार्जित उत्पन्नावर चरितार्थ चालविणारी अनेक मंडळी आढळतात. धनीपणाच्या उंटावरून शेतीच्या शेळ्या हाकण्याचा कार्यक्रम सोडून देणे त्यांना व समाजाला अतिशय हितावह आहे. अल्पखर्चात शेतीचे व्यवहारोपयोगी शिक्षण बेळगावचे रा. वा. शं. फातफेकर बी. ए. यांच्या शेतकी संस्थेत मिळण्यासारखे असते. वर्ग डिसेंबर २०पासून मार्चपर्यंत सुरू असतो व त्याची फी २५ रुपये आहे. 'दिवस वाईट आले', 'मनु पालटला', 'कलियुग बरे हे' असल्या जपमाळा ओढण्यापेक्षा आजचे तरुण शेती व बागबागाईत यांना हात घालतीय काय?

३० डिसेंबर, १९२४

उधार तरी होऊ द्या

तारीख २१ ते २६ नोव्हेंबरपर्यंत पणजी येथे एक व्याख्यानमाला होऊन पै, खांडेकर, सरदेसाई इत्यादी वक्त्यांची विद्यार्थ्यांचे देशकाचे 'समाजसेवा' 'सद्य:स्थिती' वगैरे विषयांवर व्याख्याने झाली. इंग्रजी शिक्षणाचे किरण गोमंतकांपेक्षा सावंतवाडी संस्थानावरच आधी पडले; परंतु मागासला मानला जाणारा गोमंतक जी जागृती दाखवत आहे, तीही आमच्यामध्ये दृष्टीस पडू नये ही खेदाची गोष्ट आहे. राजकीय गाऱ्हाणी आणि सामाजिक अन्याय दूर करावयाला व्याख्यान हा काही रामबाण उपाय नाही, असे कार्यकर्त्या पुरुषांनी म्हणावे; पण जेवून निजायचे व निजून जेवायचे हा घाण्याचे जू मानेवर मिरवणारांनी व्याख्यानाची थट्टा करण्यात हशील काय? 'प्रभाकर' कंदील हाती येईपर्यंत चुडीवर काम भागविण्यात आलं, तर थोडा फायदाच होईल.

आपण बरे की आपले घर बरे ही वृत्ती जग बरे असेल, तर चालेल. चिखलात रुतलेला समाजाचा गाडा पुढे ढकलावयाला मिळतील तितकी माणसे थोडीच आहेत. झाडांच्या फळांपुढे त्याच्या पानांची ज्याप्रमाणे मातब्बरी वाटत नाही, त्याप्रमाणे आचारापुढे उच्चाराची व कृतीपुढे व्याख्यानाची किंमत वाटत नाही; पण निष्क्रिय किंबहुना निद्रित समाजाला व्याख्याने दुधाप्रमाणे पौष्टिक होत नसली, तरी चहाप्रमाणे उत्तेजक होतात, हे विसरून चालणार नाही. संस्थानातील इतर गावांना एखाद्या व्याख्यानमालेचा उपक्रम करून सावंतवाडी योग्य तो धडा घालून देईल काय?

९ डिसेंबर, १९२४

मराठी ज्ञानकोश

चिपळूणकरांच्या निबंधमालेला जन्मून यंदा पन्नास वर्षे झाली. या अर्धशतकाचे निरीक्षण केले, तर मराठीचे वैभव शुक्ल पक्षातील चंद्रकोरेप्रमाणे वाढत आहे हे प्रत्येकाला कबूल करावे लागेल. हिंदुस्थानातील मराठीव्यतिरिक्त इतर कोणत्याही भाषेत अद्याप ज्ञानकोशाची रचना झालेली नाही. डॉ. केतकर व त्यांचे साहाय्यक यांनी गेल्या सात वर्षांच्या अविश्रांत उद्योगाने हे मोलाचे लेणे मराठीवर चढविले आहे. वाङ्मयाच्या प्रत्येक शाखेची नदी ज्ञानकोशाच्या मानसागरालाच मिळावयाची. यामुळे ज्ञानकोश हा जाड्या विद्वानांना तर उपयुक्त आहेच; पण सामान्य विद्वत्तेच्या जिज्ञासू वाचकांना बहुश्रुत करण्यालाही तो समर्थ आहे. सामान्य ग्रंथांच्या गायी बाळगणारे वाचकच जेथे दुर्मीळ आहेत, तेथे ज्ञानकोशाच्या पांढऱ्या हत्तीला भरपूर आश्रय मिळणे कठीण हे तर खरेच! परंतु, संदर्भग्रंथ मराठी भाषेचा एक बहुमोल अलंकार व केतकरांसारख्या महत्त्वाकांक्षी वाङ्मयसेवकांच्या ऋणातून थोडे तरी मुक्त होण्याचा मार्ग म्हणून प्रत्येक ग्रंथालयाने ज्ञानकोशाचा संग्रह करावा असे आम्हाला वाटते. संस्थानातील प्रमुख लायब्ऱ्या आमच्या या विनंतीकडे लक्ष देतील, अशी आशा आहे.

२० डिसेंबर, १९२४

✧

रवींद्रनाथ व 'छडी बाजे छम्छम्'

कविसम्राट रवींद्रनाथ आपल्या गोड व गूढ गीतांजलीने दिगंतकीर्त झाले आहेत. 'नोबेल प्राइझ' मिळवून त्यांनी भारतमातेची अमोल साहित्यसेवा केली; परंतु देशाच्या उद्धाराला साहित्याइतकी सच्छिक्षणाचीही आवश्यकता आहे हे ध्यानात आणून, त्यांनी बोलपूर येथे शांतिनिकेतन नावाचे विद्यालय स्थापिले; व विश्वभारती विद्यापीठाची योजना केली. मॉडर्न रिव्ह्यूच्या ऑक्टोबर, १९२४च्या अंकात जपानच्या दौऱ्यात त्यांनी प्रगट केलेले शिक्षणविषयक मननीय विचार आले आहेत. आमच्याकडे शाळांची व विद्यार्थ्यांची संख्या वाढली असली, तरी कायम ठशाच्या शिक्षणपद्धतीत विशेष फरक पडला आहे असे म्हणवत नाही. विद्यार्थी हा मातीचा गोळा व शिक्षक कुंभकार किंवा विद्यार्थी हे एक चालतेबोलते यंत्र व अध्यापक यंत्रशास्त्रपारंगत या कल्पनाच रवींद्रनाथ कुचकामाच्या व हानिकारक मानतात. शाळा घरासारखी भासली पाहिजे हे रवींद्रनाथांचे मत कोणीकडे व शाळेला तुरुंगाचे अगर न्यायसभेचे स्वरूप देणारे शिक्षक महाराज कोणीकडे. शिक्षक हा शब्द शिक्ष– शिक्षा करणे (?) या धातूपासूनच निघाला आहे अशी पुष्कळ शिक्षकांची समजूत असावी! प्रचलित शाळेचे पिंजरे बालविहंगांना घरट्यासारखे वाटू लागल्यावाचून खरे शिक्षण मिळाले, असे म्हणता येणार नाही. रवींद्रनाथांचा सदरहू 'तात्यापंतोजी' हा लेख इंग्रजी जाणणाऱ्या प्रत्येक शिक्षकाने व पालकाने अवश्य वाचावा. काव्याची कसर वजा केली, तरी रोख किमतीचे सत्य त्यात बरेच आहे हे प्रत्येकाला कबूल करावे लागेल. मुलाला पौष्टिक पदार्थ म्हणून दूध द्यावयाचे तिथे पाण्यात कालविलेले पीठ दिले जात आहे. सुज्ञ सुशिक्षित या प्रश्नाकडे आणखी किती दिवस डोळेझाक करणार?

२५ नोव्हेंबर, १९२४

✧

कै. वा. गो. आपटे –

मराठी बालवाङ्मयात उत्कृष्ट भर घालणारे 'आनंद'चे संपादक श्री. वासुदेव गोविंद आपटे यांना गेल्या दोन तारखेस पुणे मुक्कामी वयाच्या साठाव्या वर्षी देवाज्ञा झाल्याचे कळविण्यास अत्यंत वाईट वाटते. बारा वर्षांखालील मुलांचे अत्यंत आवडीचे असलेले 'आनंद' मासिक तर त्यांनी दोन तपे चालविलेच; पण त्याशिवाय मराठी भाषेचा कोश, लेखनकला मराठी भाषेचे संप्रदाय व म्हणी, ज्ञानदीप, अशोक चरित्र, सौंदर्य आणि ललितकला इत्यादी प्रौढांनाही मननीय वाटण्याजोगे अनेक ग्रंथ लिहून त्यांनी मराठी वाङ्मयात महत्त्वाची भर घातली आहे. मुलांकरिता सुबोध भाषेत छोटी-छोटी पुस्तके लिहिण्यात त्यांचा हातखंडा होता. इंदूरच्या 'मल्हारी मार्तंड' पत्राचे व दैनिक 'ज्ञानप्रकाश'चेही ते काही दिवस संपादक होते. 'मॉडर्न रिव्ह्यू' या वजनदार मासिकासाठी ते मराठी ग्रंथांची परीक्षणे लिहीत. त्यांच्या लेखनात बुद्धीच्या चमकीपेक्षा निरलस दीर्घोद्योगच जास्त असे व या दीर्घोद्योगाच्या बळावरच साहित्य संमेलनाच्या अध्यक्षपदासाठी नाव सुचविले जाण्याइतकी योग्यता त्यांनी संपादन केली होती. त्यांचे चरित्र तरुणांना मार्गदर्शक होण्यासारखे आहे.

११ फेब्रुवारी, १९३०

श्रीशंकराचार्यांची पुढील कामे

संकेश्वर पीठाचे श्रीमद्गुरू शंकराचार्य यांचे वास्तव्य ता. २९मेपासून गेल्या बुधवारपर्यंत सावंतवाडी व आरंबदे या गावी झाल्याचे आमच्या वाचकांस माहीत असेलच. या प्रांतातील संचारात यापुढे गोमंतकातील एक दत्तक प्रकरण व भट्टप्रभु-पद्यांचे एकीकरण ही दोन महत्त्वाची कामे होती. भट्टप्रभु प्रकरण श्रींच्या दप्तरी शके १८४६च्या भाद्रपदात दाखल झालेले आहे; पण त्या वेळी अर्जदारांना 'श्री जगद्गुरूस्वामींची स्वारी गोवेप्रांती लवकरच येणार आहे त्या वेळेस तुमचे बलस्थानिक चौकशी होऊन निर्णय होईल,' असे कळविण्यात आले होते. त्यानंतर श्रींची स्वारी नुकतीच इकडे आली व त्या वेळी आरंभी मुक्कामी श्रींसमोर उभयपक्षांच्या पुढाऱ्यांनी आपापली बाजू मांडली. दरम्यान गेल्या वर्षी श्रींच्या आज्ञेने श्री. न. चिं. केळकर यांच्या अध्यक्षतेखाली कपिलेश्वर येथे सभा भरून या विषयाची चर्चा झाली होतीच. अशा रीतीने हे प्रकरण गेली ३/४ वर्षे चांगले शिजले असूनही, श्रींनी आरंबद्याच्या मुक्कामात ते निकालात न काढता त्यावरील निर्णय अद्याप मागेच ठेवला आहे, हे विचित्र दिसते. दत्तक प्रकरणाचाही या वास्तव्यात निवाडा झाला नाहीच! दिरंगाईपणाबद्दल आतापर्यंत चालत आलेली दिवाणी न्यायाची ख्याती आमच्या आचार्यपीठांपुढील धर्मप्रकरणे हिरावून घेणार खास!

संचारांचा उद्देश तरी काय?

निर्णयाकरिता खोळंबून राहिलेल्या प्रकरणाच्या निकालसंबंधाने ही गोष्ट झाली. त्याव्यतिरिक्त दुसरी एकतरी अशी कोणती गोष्ट साध्य झाली आहे की, तिने त्यामुळे श्रींच्या संचारास जनतेच्या हृदयात विशेष प्रामुख्याने व कृतज्ञतेने स्थान मिळावे? लोकजागृतीच्या दृष्टीने या संचाराचा उपयोग झाला असेही कोणाला म्हणता येणार नाही असे आम्हास वाटते. मसूरकरबुवा अगर डॉ. पटवर्धन यांसारखे प्रवचन

कीर्तनकार येथे आले असता अल्पस्वल्प जागृती जनतेत झालेली आढळते. इतकीसुद्धा जागृती खुद्द श्रींच्या आगमानानंतर झाली नाही, तर धार्मिक प्रगतीच्या दृष्टीने श्रींच्या आगमनाचे महत्त्व ते काय? सामान्य लोकांच्या दृष्टीने तरी असले संचार म्हणजे करवसुलीच्या मोहिमा असाच अर्थ होणे स्वाभाविक नाही काय? या ठिकाणी श्रींच्या संचाराचे वैय्यर्थ दाखविण्यात आचार्यपीठांबद्दल अनादर व्यक्त करण्याचा आमचा बिलकूल हेतू नसून फक्त श्री जास्त कार्यक्षम व्हावेत व त्यायोगे त्यांना तिच्या हृदयांत वाजवी हक्काने आदराचे स्थान मिळावे, एवढाच आमचा हेतू आहे.

मूळच नाहीसे केले पाहिजे

छत्रपती शिवाजी महाराजांसंबंधाने कित्येक इंग्रज इतिहासकारांनी आपल्या ग्रंथांतून धादांत खोटी विधाने केली असून, अनेकदा त्यांचा अनुवाद अँग्लोइंडियन व परप्रांतीय लेखक जाणूनबुजून अगर गैरमाहितीमुळे करीत असलेले अजूनही आढळतात. रंगून येथील एका वृत्तपत्राच्या संपादकांनी छत्रपतींच्या त्रिशतसांवत्सरिक जयंत्युत्सवासंबंधाने लिहिताना अशाच प्रकारे छत्रपतींच्या धवल कीर्तीला डाग लावणारा मजकूर प्रसिद्ध केल्याचे आमच्या वाचकांस स्मरत असेल. सदर पत्रकर्त्यांच्या असत्य विधानांचा रंगूनच्या महाराष्ट्र मंडळाने लगेच निषेध करून खरा प्रकार त्यांच्या निदर्शनास आणल्यामुळे सदर पत्रकर्त्यांच्या ध्यानात स्वत:ची चूक आली. त्यांनी शिवाजी महाराजांचे गुणगौरवाचे यथार्थ चित्र दुसऱ्या एका स्वतंत्र लेखात रेखाटून आपल्या चुकीचे परिमार्जन केले. या उदाहरणावरून असे आढळून येते की, अनेकदा छत्रपतींविरुद्ध केली जाणारी विधाने बुद्ध्या केली जात नसून लेखकांच्या चुकीच्या माहितीमुळे ती उत्पन्न होतात. अशा प्रकारची लेखकांची दिशाभूल होऊ नये म्हणून 'एन्सायक्लोपीडिया ब्रिटानिका', 'हिस्टॉरियन्स हिस्टरी ऑफ धि वर्ल्ड' वगैरेंसारख्या मानल्या जाणाऱ्या ग्रंथांतील शिवाजी महाराजांसंबंधीची विकृत माहिती दुरुस्त होईल अशी खटपट करणे जरूर आहे.

१४ जून, १९२७

महाड येथील खेदजनक प्रकार

महाड येथे कुलाबा जिल्हा बहिष्कृत परिषदेचे अधिवेशन गेल्या महिन्याच्या १९ व २० तारखेस भरले. या परिषदेस ३०००वर अस्पृश्य समाज उपस्थित होता. परिषदेचे काम डॉ. भीमराव रामजी आंबेडकर, एम.ए.पीएच.डी., डी. एक्सी बारअॅट लॉ यांच्या अध्यक्षतेखाली सुरळीतपणे पार पडले. परिषदेच्या समाप्तीनंतर मात्र एक अत्यंत उद्वेगजनक प्रकार घडला. परिषदेकरिता ठिकठिकाणहून जे अस्पृश्य महाडला आले होते, ते परिषद समाप्तीनंतर 'चवदार' तळ्याचे पाणी पिऊन आले. तिकडून फिरत असता त्यांच्यावर स्पृश्य हिंदूंनी जोराचा हल्ला केला व त्यामुळे अनेक गंभीर जखमीही झाले आहेत. चवदार तळ्याचे पाणी पिण्यात अस्पृश्यांची मुळीच चूक नव्हती. कारण, तो तलाव महाड म्युनिसिपालिटीने ठराव करून अस्पृश्यांस मोकळा ठेवला होता. अस्पृश्यांचा विचार देवळात घुसण्याचा होता असे स्पृश्यांकडून सांगण्यात येत आहे; पण त्यात कितपत तथ्य आहे हे सांगता येत नाही. विशेष खेदाची गोष्ट की, अस्पृश्यांवरील या हल्ल्यांत ब्राह्मणेतरांचे विशेष अंग होते. असामनतेचा दोष पावलोपावली ब्राह्मणांच्या पदरी बांधणाऱ्यांनी अस्पृश्यांचे न्यायहक्कही पायांखाली तुडवावे, हे विचित्र नाही काय?

अस्पृश्यांना खरा विरोध कोणाचा?

हिंदू समाजात कोठेही बखेडा उत्पन्न झाला, की त्याचे तारे अंश ब्राह्मणांच्या व ब्राह्मण्याच्या पदरी अट्टाहासानं बांधण्याचा कित्येक सत्यशोधकांच्या मताच्या ब्राह्मणेतर पत्रांनी निश्चयच केलेला दिसतो. गेल्या महिन्यात महाड येथे स्पृश्यास्पश्यांत जो दंगा झाला, त्याची हकिगतही अनेक ब्राह्मणेतर पत्रांनी अशाच विपर्यस्त स्वरूपात दिलेली आहे. महाडच्या दंग्यास खरोखर जर कोणी कारणीभूत झाले असतील, तर ते रूढीचे दास होत. या रूढीभक्तांचे – ब्राह्मण, क्षत्रिय, वैश्य अगर शूद्र – होणारे वर्गीकरण मुळीच योग्य होणार नाही.

१२ एप्रिल, १९२७

✧

कै. पारसनिसांचा ऐतिहासिक संग्रह

साताऱ्याचे प्रसिद्ध इतिहाससंशोधक कै. रा. ब. पारसनीस यांच्या ऐतिहासिक कागदपत्रांचा व वस्तूंचा संग्रह फार दांडगा असल्याचे अनेकांस माहीत असेल. पारसनिसांच्या मृत्यूनंतर सरकारने ऐतिहासिक कागदपत्रांचा संग्रह आपल्या ताब्यात घेतला असून, त्याच्या मोबदल्यात कै. पारसनिसांच्या वंशजांना द. म. २०० रुपये वंशपरंपरा देण्याचे ठरविले आहे. प्रतिकूल परिस्थितीमुळे त्यांचा ऐतिहासिक वस्तूसंग्रहही विकण्याचे त्यांच्या चिरंजीवांनी ठरविले असून त्याला अमेरिकेतून मागणीही आली आहे. हा अमोलिक वस्तुसंग्रह महाराष्ट्रास पारखा होऊन कायमचा परदेशात जावा, ही गोष्ट महाराष्ट्रास लांछनास्पद आहे. या वेळी कोणीतरी महाराष्ट्रीय धनिकाने अगर संस्थानिकाने पुढे होऊन हा संग्रह विकत घ्यावा आणि महाराष्ट्राचा व त्याचा वियोग होऊ न देण्याचे श्रेय संपादावे, अशी आमची कळकळीची सूचना आहे.

२ मार्च, १९२७

कै. विश्वनाथ काशिनाथ राजवाडे

प्रसिद्ध इतिहाससंशोधक रा. विश्वनाथ काशिनाथ राजवाडे यांस गेल्या शुक्रवारी धुळे येथे हृदयाची क्रिया बंद पडून देवाज्ञा झाल्याचे कळविण्यास आम्हास अत्यंत वाईट वाटते. कै. राजवाडे यांनी गेली अडीच तपे इतिहास संशोधनाचे कार्य व मराठी भाषेची सेवा इतक्या निस्सीम भक्तीने केली आहे, की त्यांचे नाव मराठी वाङ्मयात अजरामर झाल्यावाचून राहणार नाही. अविश्रांत व चिकाटीची, मेहनत, दृढ व्यासंग, स्वार्थनिरपेक्ष व निःस्पृह वृत्ती इत्यादी सद्गुण कै. राजवाडे यांच्या ठिकाणी मूर्तिमंत वसत होते. इतिहास संशोधनातील त्यांचा अधिकार तर अनन्यसाधारण होता. उज्ज्वल इतिहास निर्माण करणाऱ्या महनीय व्यक्तीप्रमाणेच काळाच्या पोटात गडप झालेल्या स्वराष्ट्राच्या उज्ज्वल इतिहासाचे पुनरुज्जीवन करणाऱ्या व्यक्तींचीही प्रत्येक राष्ट्राला गरज असते. महाराष्ट्राच्या तेजस्वी इतिहासाचे सम्यक आविष्करण करून महाराष्ट्रास नवचैतन्य प्राप्त करून देणाऱ्या रा. राजवाड्यांच्या मृत्यूने महाराष्ट्राची जी हानी झाली आहे, ती भरून येणे दुर्घट आहे. कै. राजवाड्यांच्या आत्म्यास परमेश्वर शांती देवो!

४ जानेवारी, १९२७

येते महाराष्ट्र साहित्यसंमेलन

आजपर्यंत झालेल्या महाराष्ट्र साहित्य संमेलनात गेल्या मे महिन्यात बेळगाव येथे भरलेले संमेलन हेच कोकण प्रांताला नजीकचे होते; पण पुढील संमेलन खास कोकणातील गोमंतक प्रांतात भरविले जाणार आहे. अर्थात, पूर्वीच्या संमेलनापेक्षा येत्या संमेलनाविषयी कोकणप्रांतीयांना जास्त आपलेपणा वाटावा हे स्वाभाविकच होय. संमेलनाला गोमंतकांत आमंत्रण देणारे आमचे गोमंतकस्थ बंधू ते पूर्ण यशस्वी करण्यास समर्थ आहेत, ही गोष्ट खरी असली, तरी संमेलनासारख्या सामुदायिक कार्याची खरी यशस्वितता त्यात जास्तीत जास्त लोकांनी आत्मीय भावनेने भाग घेण्यात असते, हे तत्त्व लक्षात घेऊन आमच्या संस्थानवासीयांनी व कोकणातील इतर सर्व लोकांनी हे संमेलन अपूर्व स्वरूपाचे बनविण्याची पराकाष्ठा करावी, अशी आमची विनंती आहे. बेळगाव येथे कोकणी भाषा, दर्यावर्दी शब्द इत्यादी कोकणच्या विशेष अंगांचा ऊहापोह होईल अशी अपेक्षा होती; पण ती सफल झाली नाही. येत्या संमेलनात या प्रश्नांची भरपूर चर्चा व्हावी म्हणून एतद्विषयक निबंध लिहिणे, टिपणे तयार करणे, शब्दांची जंत्री बनविणे व वृत्तपत्रांतून या प्रश्नांस चालना देणे इत्यादी कामे कोकणप्रांतीयांनी एव्हानापासूनच केली पाहिजेत.

२३ जुलै, १९२९

साहित्य संमेलन आणि गोमंतक

पंधरा दिवसांपूर्वी मडगाव येथे गोमंतक साहित्यसेवक मंडळातर्फे गोमंतकीय लोकांची जाहीर सभा भरून १९३०चे पंधरावे महाराष्ट्र साहित्य संमेलन गोव्यात बोलवावे, असे ठरले. आमच्या गोमंतकीय बंधूंचे या उत्साहाबद्दल आम्ही सकौतुक अभिनंदन करतो. ग्वाल्हेरहून साहित्य संमेलन बेळगावला आणण्याच्या वेळीही त्यांनी बराच उत्साह व सहानुभूती दाखविली होती व आता तर पुढच्याच वर्षीचे संमेलन स्वतःच्या प्रांतात बोलविण्याची त्यांनी तयारी दाखविली आहे. अत्यंत प्रतिकूल परिस्थितीतही गोमंतकीय लोकांनी चालविलेली मराठीची उपासना व त्यांचे मराठी भाषेवरील उत्कट प्रेम लक्षात घेतल्यास त्यांची कळकळीची विनंती संमेलन सहसा अमान्य करणार नाही, असे वाटते. यंदाच्या साहित्य संमेलनाला गोमंतकातून पुष्कळसे प्रतिनिधी जाऊन आपले निमंत्रण संमेलनापुढे जोरदार रीतीने मांडतील, तर अन्य कोकणप्रांतीयांचेही त्यांना पाठबळ मिळेल व त्यांच्या इच्छेप्रमाणे १९३० सालचे साहित्य संमेलन खुद्द गोवा प्रांतात भरू शकेल.

३० एप्रिल, १९२९

✧

रवींद्रनाथांचा अपमान

जगद्‌विख्यात रवींद्रनाथ ठाकूर हे आपला कॅनडामधील यशस्वी दौरा संपवून अमेरिकेत प्रवेश करीत असताना सरहद्दीवरील अमेरिकन अधिकाऱ्याने त्यांची जी मानखंडना केली, ती ऐकून साऱ्या हिंदी राष्ट्राला किंबहुना त्यांची थोरवी जाणणाऱ्या जगातील कोणत्याही व्यक्तीला मनस्वी संताप आल्यावाचून राहणार नाही. वाङ्मयविषयाचे नोबेल पारितोषिक मिळविणाऱ्या कविसम्राटाला दीडदमडीच्या अमेरिकन अधिकाऱ्याने 'तुम्हाला लिहिता-वाचता येते की नाही? तुमचा अन्नखर्च आमच्या देशावर तर पडणार नाही ना?' असा उद्धट प्रश्न बेमुर्वतखोरपणाने विचारावा, ही गोष्ट साऱ्या अमेरिकेला शरमेची वाटली पाहिजे. एखाद्या पाश्चात्त्य ग्रंथकाराला हिंदी अधिकाऱ्याने असला प्रश्न विचारला असता, तर हिंदी लोकांच्या अक्षम्य अज्ञानाचा डांगोरा पाश्चात्त्य राष्ट्रांनी उपहासपूर्व पिटला असता; पण आता न जाणो, या अधिकाऱ्याच्या कठोर कर्तव्यनिष्ठेचे कौतुक होण्याचा संभव अधिक आहे!

गाजते साहित्य संमेलन

आजपर्यंत महाराष्ट्र साहित्य संमेलनाची तेरा अधिवेशने पार पडली; पण येत्या मे महिन्यात बेळगाव येथे भरणाऱ्या साहित्य संमेलनाचा जेवढा गाजावाजा झाला व होत आहे, तेवढा पूर्वीच्यापैकी एकाचाही झालेला नव्हता. शांततेच्या काळातदेखील मध्यवर्ती ठिकाणापेक्षा सरहद्दीवर थोडीशी कुरबुर केव्हाही असावयाची आणि त्यादृष्टीने मराठी कानडी भाषांच्या सीमारेषेवर भरविल्या जाणाऱ्या महाराष्ट्र साहित्य संमेलनाच्या बाबतीत किरकोळ धुसफुस आढळल्यास नवल नाही, असे म्हटले जाण्याचा संभव आहे; पण तसे पाहिले तर दोन भाषांच्या सरहद्दीवर हेच संमेलन पहिल्यांदा भरविण्यात येत आहे असे नाही. इंदूर व ग्वाल्हेर येथील संमेलनेही याच प्रकारची होती; पण हिंदी व मराठी यांचा जेथे संबंध आला तेथे जी सहिष्णू वृत्ती वाजवी रीतीने

दाखविली गेली, ती कानडी-मराठीच्या संबंधात बेळगावच्या कन्नडांनी दाखविली नाही, असे मोठ्या खेदाने म्हणावे लागते.

स्थलनिर्णयाचा हक्क कोणाचा?

संमेलन भरविण्याचे बाबतीत स्थलनिर्णयाचा हक्क कोणाचा असतो याचा विचार बेळगावकर कानड्यांनी शांतपणे केला असता, तर संमेलनाला विरोध करण्याची त्यांना आवश्यकताच वाटली नसती. संमेलन मराठी भाषा बोलणाऱ्यांचे ते त्यांना हवे तिथे ते भरवतील; त्याची उठाठेव कानडी भाषावाल्यांना कशाला? आज हे संमेलन बेळगावात भरत आहे; पण मराठी भाषा बोलणाऱ्यांना ते तंजावरात किंबहुना आसामात भरवावेसे वाटले, तर त्यांना तसे करण्याचा निःसंशय हक्क आहे. प्रश्न उद्भवेल तो औचित्याचा आणि तो ज्यांचा त्यांनीच सोडविला पाहिजे; इतरांना त्यात लुडबुड करण्याचे कारण नाही. ग्वाल्हेर येथे बेळगावकरांचे निमंत्रण गेले व संमेलनाने ते स्वीकारलेही. संमेलनचालकांना जर बेळगाव हे स्थळ वावगे वाटत नाही, तर काही कानडी आप्पांनी निष्कारण कुरकुर का करावी? आमच्या सावंतवाडीत कानडी बोलणारा एकही इसम नाही; पण जर उद्या कानडी भाषाभिमान्यांनी त्यांचे संमेलन या ठिकाणी भरविण्याचे ठरविले, तर त्यांना येथे बिलकूल विरोध होणार नाही. इतकेच नव्हे, शेजारधर्म आणि गार्हस्थ्य यांच्यासाठी शक्य ते साहाय्य त्यांना या ठिकाणी मिळू शकेल, असे आश्वासन आम्ही त्यांना बिनदिक्कत देऊन ठेवतो.

२९ जानेवारी, १९२९

✧

खादीचे वादी

'खादी' शब्द (कापड या अर्थी, अन्न या अर्थी नव्हे) 'भाला'कार भोपटकरांना आवडत नाही. त्यांनी नुकतीच खादीला 'अष्टवक्र' ही पदवी बहाल केली असून, अतिशयोक्तिपूर्ण विनोद करण्यात पटाईत असलेल्या विनोदी लेखकालाही लाजवील, असे तिचे वर्णन केले आहे. खादीचे धोतर भिजायला बारा तास लागतात. ते अजगराप्रमाणे फुलते व बादली खिळखिळी केल्याशिवाय अगर रस्सीखेचीचा खेळ खेळल्याशिवाय बादलीच्या बाहेर पडत नाही, ते वाळत घातले असता तीन दिवस ठिबकते व सातव्या दिवशी वाळते, असे खादीलीलामृत त्यांनी वर्णन केले आहे. दुर्योधनाला सगळे जग वाईट का दिसत असे, हे कोडे सदरहू वर्णन वाचून सहज सुटण्यासारखे आहे.

किं दरिद्रता?

खादीची निंदा एवढ्यावरच भोपटकरांनी का थांबविली हेच आम्हाला कळत नाही. खादीचा सदरा अंगात घातल्याबरोबर इतका घाम निथळू लागतो की त्यात मनुष्य बुडून जाण्याचा संभव आहे. खादी धोतर ट्रंकेत असल्यास सामानाचे वजन २००-४०० पौंडांनी वाढून फट्कन १०-२० रुपये लगेज देण्याची पाळी येते, जाड खादीची टोपी डोक्यावर ठेवल्यामुळे बुद्धीलाही जडपणा येतो, तीन दिवस ठिबकणाऱ्या खादीच्या धोतरांमुळे घरात ओल येऊन तापाची साथ सुरू होते, खादी पांढरी असल्यामुळे खादी पातळे पायघोळ नेसणाऱ्या बायका पांढऱ्या पायाच्या मानल्या जाण्याचा समज आहे, काय वाटेल ते त्यांनी लिहिले असते तरी चालले असते, 'तू नाही तुझ्या काकाने' असे लांडगे तत्त्वच अमलात आणल्यावर मग वस्तुस्थितीची पर्वा करण्याचे कारण काय?

खादी व स्वराज्य

खादीने स्वराज्य मिळविणे शक्य नाही, हा भोपटकरांचा ठाम सिद्धान्त आहे. 'हिंदुस्थानातील गरिबांचा वाली परमेश्वराशिवाय दुसरा कोणी नाही' असेही तेच म्हणतात. पण जे आपल्या पायांवर उभे राहतात, त्यांनाच परमेश्वर हात देतो, हे मात्र ते अचूक विसरतात. एखादी स्वावलंबनाचा धडा शिकवते व स्वावलंबी अधिकच स्वराज्य मिळवू शकतात. भोपटकरांच्या आवडत्या क्लृप्त्यांपेक्षा स्वराज्य मिळवून देण्याचे सामर्थ्य खादीत कितीतरी पटींनी अधिक आहे. टाळ्यांच्या पोकळ भजनापेक्षा चरख्याच्या उद्योगीपणानेच परमेश्वर प्रसन्न होईल. भोपटकरांच्या लोकमान्य भोजनांपेक्षा खादीने दोन पैसे मिळू लागल्यामुळे जे लोकभोजन होईल, त्यानेच देवाला समाधान होईल. जातिभेदाच्या संकुचित धर्माला कवटाळून बसणाऱ्या त्यांच्या तत्त्वज्ञानापेक्षा हिंदुस्थानातील सर्व गोरगरीब ही माझी भावंडं आहेत, ही भावना निर्माण करणारे खादीचे व्यवस्थापक तत्त्वज्ञानच देशाला स्वराज्य मिळवून देईल.

४ सप्टेंबर, १९२८

✧

कै. डॉ. मो. गो. देशमुख

सुप्रसिद्ध लेखक लोकहितवादी यांचे पाचवे चिरंजीव व गेल्या पिढीतील एक सन्मान्य पुढारी डॉ. मोरेश्वर गोपाळ देशमुख यांना ता. १६-७-२८ रोजी मुंबई येथे देवाज्ञा झाल्याचे कळविण्यास अत्यंत वाईट वाटते. कै. डॉ. देशमुख हे लोकमान्य टिळकांचे परमस्नेही होते व त्यांचा सल्ला लोकमान्य हरएक बाबतीत घेत असत. देशमुखांनी राजकीय आखाड्यांत उतरून प्रत्यक्ष कार्य फारसे केलेले नसले, तरी सर्व प्रकारच्या राष्ट्रीय चळवळींना यथाशक्ती आर्थिक मदतही करीत. त्यांची बुद्धी अत्यंत तीव्र होती. वयाच्या तेविसाव्या वर्षी एल. एम. ॲन्ड एस.ची परीक्षा देऊन ते नोकरीत शिरले व नोकरीवर असतानाच अभ्यास करून बी.ए. व एम.डी. झाले. वरिष्ठांशी पटेना म्हणून १८९२ साली त्यांनी नोकरी सोडली व तेव्हापासून ते सार्वजनिक कामांत लक्ष घालू लागले. त्यांची धार्मिक मते पूर्वपरंपरेला धरून होती व त्यांचा स्वभावही भाविक असे. सावंतवाडी संस्थानातील तळवडे गावी त्यांनी एक दत्तमंदिर बांधले असून, तेथे ते दर वर्षी काही महिने राहत असत. त्यांच्या तेथील मुक्कामात संस्थानातील अनेक लोकांना त्यांच्या अनुभविक वैद्यकीय ज्ञानाचा मोफत लाभ मिळत असे. गेली दोन वर्षे त्यांची प्रकृती अर्धांगवायूने नादुरुस्त होती व त्यातच त्यांचा अंत झाला. निधनसमयी त्यांचे वय ७३ वर्षांचे होते. त्यांच्या मृत्यूने महाराष्ट्रीय समाजाची मोठीच हानी झाली आहे.

२३ जुलै, १९२८

कोकणी शब्दांचा उद्धार

वनवासी फुले अगर सागरस्थ मोत्ये यांच्याप्रमाणेच पुष्कळ इष्टार्थवाहक सुंदर शब्ददेखील कुठेतरी कानाकोपऱ्यात पडून राहिलेले आढळतात. रसिकमाला अगर साक्षेपी पाणबुड्या यांच्या मदतीशिवाय उपरिनिर्दिष्ट फुले अगर मोत्ये यांची जी गत व्हावयाची, तीच बहुधा अशा प्रकारच्या शब्दांची होत असते. ज्याचा जीर्णोद्धार होणे सर्वथैव इष्ट आहे असे शब्दभांडार आपल्या कोकणी भाषेत विपुल आहे, अशी आमची खात्री आहे. कोकणी भाषेचा दर्जा नष्ट होऊन तिला बोलीचे स्वरूप प्राप्त झाल्यामुळे या शब्दसंपत्तीला महाराष्ट्र पारखा झाला आहे इतकेच. कोकणीही यापुढे स्वतंत्र भाषा होणे शक्य अगर फारसे इष्टही नसले, तरी मराठीचे मांडलिकत्व पत्करून तिच्या शब्दकोशाला कोकणीने यथाशक्ती करभार पाठविणे उचित आहे. मराठीचा व्यापक कोश तयार करण्याचे काम पुणे येथे दातेप्रभृती ज्ञानकोशाच्या माजी संपादकांनी हाती घेतले असून त्यांच्याकडे कोकणातील निवडक शब्द पाठविल्यास ते त्यांचा यथायोग्य परामर्श घेतील, अशी आमची खात्री आहे. आपल्या मायबोलीतील शब्द चिरंजीव करून तिचे अंशत: ऋण फेडण्याच्या कामी कोकणीच्या अभिमान्यांनी कसूर करू नये, अशी आमची अगत्याची सूचना आहे.

१९ जून, १९२८

विविधवृत्ताचे धाडस

विविधवृत्ताच्या चालकांनी आपल्या वर्गणीदारांस नेहमीच्या वर्गणीतच फार मोठ्या खर्चाचा व सुंदर खास अंक मोफत देण्याची पाडलेली रूढी त्यांच्या धाडसाची द्योतक आहे, असे म्हणायला हरकत नाही.

यंदाचा विविधवृत्ताचा खास अंक पाहणाऱ्यास अवघ्या तीन रुपये वर्गणीत वृत्ताचा साप्ताहिक अंक देऊन वर खास अंकाची भेट पाठविणाऱ्या वृत्ताच्या चालकांचे कौतुक वाटल्यावाचून राहणार नाही. एके काळी 'मनोरंजन' मासिकाचे 'दिवाळी' व 'वसंत' अंक पाहून तोंडात बोटे घालण्यात येत असत. तत्कालीन परिस्थितीच्या मानाने मनोरंजनकारांचे ते धाडसच होते, यातही शंका नाही. वृत्ताचा यंदाचा खास अंक खर्चाच्या दृष्टीने त्याहून जास्त किमतीचा व नयनमोहरपणाच्या दृष्टीने इंग्रजी नियतकांच्या खास अंकांशी बरोबरी करणारा आहे, यात शंका नाही. वृत्ताच्या या धाडसाचे कौतुक करण्याचा योग्य मार्ग म्हणजे वृत्ताचे स्थायी ग्राहक होणे हा होय हे आम्ही सांगितले पाहिजे, असे नाही. गुणग्राही महाराष्ट्रीय सक्रिय सहानुभूती दाखवून वृत्ताच्या कर्तबगारीचे चीज करतील, अशी आम्हास उमेद आहे.

१४ फेब्रुवारी, १९२८

✧

विवाहपूर्व व विवाहोत्तर?

फर्ग्युसन कॉलेजमध्ये प्रेमोत्तर विवाह की विवाहोत्तर प्रेम श्रेष्ठ या विषयासंबंधी विद्यार्थ्यांचा कडाक्याचा वादविवाद नुकताच झाला. विद्यार्थ्यांनी प्रेमार्थी होणे व प्रेमविषयक प्रश्नासंबंधी ठासून मते देणे कोणत्याच दृष्टीने इष्ट नाही. या वादविवादात एका वक्त्याने कॉलेजमधला विद्यार्थी कुठेही असो, तो प्रेमाचेच चिंतन करीत असतो असे जोरजोराने सांगितले. प्रेम व परीक्षा या दोन 'प'कारांपैकी एकावर (व कदाचित दोन्हीवरही) असल्या प्रेमी विद्यार्थ्याला पाणी सोडण्याचा प्रसंग यावयाचा! प्रेमाची सर्वव्यापी भावना प्रत्येक मनुष्यात आहे व तिचा विकास करण्याचे प्रयत्न अवश्य झाले पाहिजेत. सहानुभूती, अनुकंपा, दया इत्यादी रूपांनी प्रेम विद्यार्थिदशेतही प्रकट झाले पाहिजे; पण वैवाहिक प्रेमाच्या कल्पना विद्यार्थ्यांच्या मनात जितक्या उशिरा येतील, तितके बरे. लहान मुलामुलींना 'ही तुझी बायको, हा तुझा नवरा' असे जुनी माणसे सांगतात व त्यामुळे त्यांच्यावर अनिष्ट परिणाम होतो, अशी ज्यांची तक्रार करावयाची, त्यांनीच विद्यार्थ्यांना प्रणयाच्या स्वरूपाविषयीचे वादविवाद करावयाला उत्तेजन द्यावयाचे हा प्रकार थोडासा 'आपण हसे लोकाला' अशा पैकीच होत नाही का? कळीप्रमाणे प्रेमाचा विकास होऊ द्या. उत्तेजक परिस्थितीच्या पाण्यात घालून अकाली फुलविण्यात अर्थ नाही.

२७ डिसेंबर, १९२७

✧

रत्नाकर

महाराष्ट्रात कधीकधी साहित्य संमेलन भरून मराठी भाषेला 'शांतिरस्तु ते पुष्टिरस्तु' म्हणून आशीर्वाद देण्यात येतो; पण मुलाला बाळसे आशीर्वादाने चढत नसून त्याला दुधाचीच जरुरी असते. नुसता समारंभी मोहरम साजरा करून खरीखुरी प्रगती होत नाही. पुण्याला निघालेल्या रत्नाकर मासिकाने सक्रिय साहित्यसेवा केली असून त्याला अधिक आश्रय महाराष्ट्राने दिल्यास त्याच्या साहित्य संमेलनात बाळाच्या भातापेक्षा अधिक पोषक असे अन्न आहे हे सिद्ध होईल. मराठी मासिके अनेकांनी यथाशक्ती भाषेची सेवा केली आहे. 'विस्तार', 'मनोरंजन' व 'चित्रमय जगत' यांची कार्ये तर लोकांच्या डोळ्यांपुढे आहेतच. 'रत्नाकरा'त मिश्रण आढळून येत असल्यामुळे त्याला आश्रय देणे हे जनतेचे कर्तव्य आहे. 'रत्नाकर' चालकांनी पहिल्या वर्षी मासिके सर्वांगसुंदर म्हणून जवळजवळ तीन हजार रुपयांचा तोटा सोसला आहे. वाङ्मय हा सुधारणेचा मार्ग असल्यामुळे रत्नाकराला वर्गणीदार होऊन सुरक्षित जनता, विद्यालय व वाचनालये यांनी साहाय्य केल्यास उच्च वाङ्मयाचा हा झरा वाहता ठेवण्याचे श्रेय त्यांना मिळेल.

मा लिख, मा लिख, मा लिख

जी सेवकांची स्थिती, तीच कलावंतांची व कुशलांची! एम.सी.सी.विरुद्ध अखिल भारतीय या सामन्यात देवधरांनी 'शतायुषे पुण्य' ही उक्ती क्रिकेटच्या मर्त्य जगातही खरी करून दाखविली व १४८ धावा काढल्या, हिंदुस्थानातील क्रिकेटपटूंना गुरुमंत्र देण्याकरिता एम.सी.सी.ला या सामन्यात 'शिक्षणाधि मां त्वां प्रपन्नम्' असे म्हणण्याची वेळ आली वगैरे गोष्टी जिकडेतिकडे लोक मानाने बोलत होते व बोलतीलही; पण अनुभव 'क्रिकेटकथा रम्या:' हाच! सामन्याच्या वेळेला 'विठ्ठल विठ्ठल' म्हणून पोपटपंची करणाऱ्या हिंदू प्रेक्षकवर्गाने विठ्ठलांच्या क्रीडानैपुण्यचे

टाळ्यांपेक्षा अन्य रीतीने कधीतरी संभावना केली आहे काय? ज्यांचा अभिमान बाळगावयाचा त्यांच्या जिवावर सामन्यात राष्ट्रीय विजय मिळविण्याची महत्त्वाकांक्षा धरावयाची, त्यांना आपल्या विषयाला वाटून घेण्याची तजवीज मात्र करायची नाही. ही कुठल्या मुलखातली आत्मिकता? महाराष्ट्रातल्या या कोरड्या रसिकतेला ज्या दिवशी खराखुरा पाझर फुटेल, त्याच दिवशी त्याच्या वाङ्मय, कला, क्रीडा इत्यादी शाखांवर नवी व अक्षय पालवी फुटेल.

सुधारणा व शिक्षण

बडोदा येथील एका व्याख्यानात 'उपवक्ते' या नात्याने बोलताना श्रीमंत सयाजीरावांनी 'जातिभेद, भाषाभेद, अस्पृश्यता इत्यादी गोष्टी हिंदुस्थानात प्रगतीला पदोपदी अडथळा आणीत आहेत,' असे उद्गार काढले. श्रीमंतांचे हे उद्गार अक्षरशः सत्य आहेत. पण खरोखर रामबाण उपाय सार्वजनिक व संस्कृतिपूर्ण शिक्षण हाच आहे. प्रजेपेक्षा आपणाला काही निराळे हक्क आहेत असे मानणारा राजा, शूद्रांपेक्षा आपण श्रेष्ठ आहे असे प्रतिपादणारा ब्राह्मण, आपापल्या मातृभाषा इतरांपेक्षा अधिक मोठ्या मानून झगडणारा दक्षिणी व गुजराती आणि अस्पृश्यांच्या रामलीला मिळणारे अस्पृश्येतर हे सगळे एकाच माळेचे मणी आहेत. या भेदभावरूपी मांजराच्या गळ्यात घंटा बांधण्याचे काम शिक्षणाशिवाय दुसऱ्या कोणाच्याही हातून होणार नाही व म्हणूनच शिक्षणाचा प्रसार व उच्च दर्जा वाढविणे हे प्रत्येक सरकारचे कर्तव्य आहे.

८ डिसेंबर, १९२६

परिशिष्ट

परिशिष्ट १

कणसाचे दाणे : साप्ताहिक वैनतेय प्रकाशनतिथी

१) २८ मे २९,	२) ११ जून २९	३) १८ जून २९,
४) २५ जून २९	५) ०९ जुलै २९,	६) १६ जुलै २९
७) २३ जुलै २९,	८) ३० जुलै २९	९) ०६ ऑगस्ट २९,
१०) १३ ऑगस्ट २९	११) २० ऑगस्ट २९,	१२) २७ ऑगस्ट २९
१३) ०३ सप्टेंबर २९,	१४) १७ सप्टेंबर २९	१५) २४ सप्टेंबर २९,
१६) २९ ऑक्टोबर २९	१७) १२ नोव्हेंबर २९,	१८) २६ नोव्हेंबर २९
१९) ०३ डिसेंबर २९,	२०) १० डिसेंबर २९	२१) ३१ डिसेंबर २९,
२२) १४ जानेवारी ३०	२३) ०४ फेब्रुवारी ३०,	२४) २५ फेब्रुवारी ३०
२५) १५ एप्रिल ३०,	२६) ०१ जुलै ३०	२७) ०९ सप्टेंबर ३०,
२८) २३ सप्टेंबर ३०	२९) ३० सप्टेंबर ३०,	३०) ०७ ऑक्टोबर ३०
३१) २१ ऑक्टोबर ३०,	३२) ०७ सप्टेंबर ३७	३३) २१ सप्टेंबर ३७
३४) ०८ नोव्हेंबर ३७		

परिशिष्ट २

बहुरत्ना वसुंधरा : साप्ताहिक वैनतेय प्रकाशनतिथी

१) रत्न पहिले - २६ जून १९२८ २) रत्न दुसरे - ०३ जुलै १९२८
३) रत्न तिसरे - १७ जुलै, १९२८

परिशिष्ट ३

कल्पनातरंग प्रकाशनतिथी २३ जुलै २९

परिशिष्ट ४

स्फुट सूचना : विषय व साप्ताहिक वैनतेय प्रकाशनतिथी

१)	'राष्ट्रीय भाऊबीज', 'येते साहित्य संमेलन'	२९ ऑक्टोबर २४
२)	'जत्रांचा चातुर्मास', 'गुरांचा उपसंहार'	११ नोव्हेंबर २४
३)	'जुगारांच्या कायद्याची आवश्यकता',	
४)	'रवींद्रनाथ' व 'छडी लागे छम् छम्'	२५ नोव्हेंबर २४
५)	'मराठी ज्ञानकोश'	०२ डिसेंबर २४
६)	'उच्चार' तरी होऊ द्या	०९ डिसेंबर २४
७)	'शेतकी शिक्षण'	३० डिसेंबर २४
८)	'रसवंती'	२० जानेवारी २५
९)	'नित्य व नैमित्तिक जुगार'	२७ जानेवारी २५
१०)	'आपटे स्मृतिदिन'	०३ मार्च २५
११)	'राजवाड्यांची विश्वनाथी'	२६ मे २५
१२)	'रत्नाकर', 'मा लिख मा लिख मा लिख'	
१३)	'सुधारणा व शिक्षण'	२८ डिसेंबर २६
१४)	'कै. विश्वनाथ काशिनाथ राजवाडे'	४ जानेवारी २७
१५)	'कै. पारसनिसांचा ऐतिहासिक संग्रह'	
१६)	'कै. रा. ब. का. ना. माने'	२२ मार्च २७
१७)	'महाड येथील खेदजनक प्रकार'	१२ एप्रिल २७
१८)	'श्री शंकराचार्यांची पुढील कामे'	
१९)	'संचाराचा उद्देश तरी काय?'	
२०)	'मूळच नाहीसे केले पाहिजे'	१४ जून २७

२१)	'विवाहपूर्व की विवाहोत्तर'	२७ डिसेंबर २७
२२)	'विविधवृत्ताचे धाडस'	१४ फेब्रुवारी २८
२३)	'कोकणी शब्दांचा उद्धार'	१९ जून २८
२४)	'कै. नाथमाधव ऊर्फ द्वा. मा. पितळे'	२६ जून २८
२५)	'कै. डॉ. मो. गो. देशमुख'	२४ जुलै २८
२६)	'खादीची वादी', 'किं दरिद्रता', 'खादी व स्वराज्य'	०४ सप्टेंबर २८
२७)	'गाजते साहित्य संमेलन',	
२८)	'स्थळ निर्णयाचा हक्क कोणाचा?'	२९ जानेवारी २९
२९)	'साहित्यसंमेलन आणि गोमंतक',	
३०)	'रवींद्रनाथांचा अपमान'	३० एप्रिल २९
३१)	'येते महाराष्ट्र साहित्यसंमेलन'	२३ जुलै २९
३२)	'कै. वा. गो. मायदेव'	११ फेब्रुवारी ३०

■

प्रज्ञा आणि प्रतिभा

वि. स. खांडेकर

संपादक
डॉ. सुनीलकुमार लवटे

प्रज्ञा व प्रतिभा यांचे पंथ निराळे असले तरी व्यक्तीच्या आत्मिकशक्तीला आवाहन करणे आणि सामाजिक मन जागृत करणे, ही कामे दोघीही आपापल्या पद्धतीने उत्कृष्ट करू शकतात. प्रतिभा प्रज्ञेसारखी प्रशांत वृत्तीने जीवन कंठू शकत नाही हे खरे, स्वच्छंदपणा हा तिचा गुण आहे... पण हे सर्व कबूल करूनही आपल्या प्रतिभावंतांना शिष्टपणा, संकुचितपणा आणि दुबळेपणा शक्य तितका लवकर नाहीसा होणे जरूर, असेच मी म्हणेन. खाडीत होडी वल्हवत बसण्यापेक्षा खवळलेल्या समुद्रातून ती हाकारण्यात जातिवंत खलाशाला अधिक आनंद होतो... खऱ्या कलावंताचा आत्माही असाच साहसी असतो.

– वि. स. खांडेकर

स्वप्नसृष्टी

वि. स. खांडेकर

संपादक

डॉ. सुनीलकुमार लवटे

'स्वप्नसृष्टी' हा वि. स. खांडेकरांच्या सन १९२५ ते १९७६ या पाच दशकांतील निवडक अशा सुमारे ४० भाषणांचा संग्रह असून, त्यात प्रसंग, विषय, औचित्य, शैली यांचं वैविध्य आहे. खांडेकरांची भाषणे प्रकट चिंतन असायची नि आत्मीय हितगुजही! ज्या कुणाला स्वातंत्र्यपूर्व भारताचं वास्तव अन् स्वातंत्र्योत्तर काळात समाजमनात आलेलं स्थित्यंतर आणि परिवर्तन समजून घ्यायचं आहे, त्यांना हा भाषणसंग्रह आरसा ठरेल. माणसाचं सारं जीवन म्हणजे स्वप्नांचा पाठलाग केल्यानंतर हाती येणारं वास्तव! भौतिक समृद्धीला जर भावनेची किनार अन् समाजहितदर्शी वृत्तीचा स्पर्श नि पूर्वअट असेल, तरच मनुष्यजीवन माणुसकीचं जिणं होतं; अन्यथा ते एक मे-फ्लाय संस्कृती बनतं, लक्तर विकृतीकडे वाटचाल करत राहतं, हे समजावणारी ही भाषणं माणुसकीचा भर चौकात लिलाव करणाऱ्या नि तमाशा मांडणाऱ्या वर्तमानकाळानं अंतर्मुख होऊन वाचायला हवीत!